AF742009

അമൃതപുരിയിലെ അരയന്നം

നീത സുഭാഷ്

തൃശ്ശൂർ ജില്ലയിലെ വാകയിൽ ജനനം.
അച്ഛൻ : എം.എൻ. കരുണാകരൻ.
അമ്മ : വിലാസിനി.
വിദ്യാഭ്യാസം: വാക മാലതി യു.പി. സ്കൂൾ,
എൽ.ഐ.ജി.എച്ച്.എസ്. ചൂണ്ടൽ,
കാലിക്കറ്റ് യൂണിവേഴ്സിറ്റി.
ഭർത്താവ്: സുഭാഷ് ആലിക്കൽ
മക്കൾ: അക്ഷയ്, അതുൽ.
ഇരുപത്തിയൊന്നു വർഷമായി
ദുബായിൽ സ്ഥിരതാമസം.

വിലാസം: ആലിക്കൽ ഹൗസ്, നന്ദനം 12-സി,
ഇന്ദിരാ നഗർ സെക്കന്റ് അവന്യൂ, കുന്ദംകുളം
ഫോൺ: 8129627288, 971559469765

കവിത

അമൃതപുരിയിലെ അരയന്നം

നീത സുഭാഷ്

Gmotivation
an imprint of GREEN BOOKS

g-motivation
an imprint of green books private limited
gb building, civil lane road, ayyanthole,
thrissur- 680 003, kerala
ph: +91 487-2381066, 2381039
website: www.greenbooksindia.com
e-mail: info@greenbooksindia.com

malayalam
amruthapuriyile arayannam
poem
by
neetha subash

first published september 2020

cover design : shahzad

branches:
thrissur 0487-2422515
thiruvananthapuram 0471-2335301
calicut 0495 4854662
ernakulam 8589095302

isbn : 978-81-947466-8-3

GMPL/1131/2020

എന്റെ സ്വപ്നങ്ങൾക്ക് ചിറകുകൾ
നൽകിയ സുഭാഷേട്ടന്

ഒപ്പം കൂട്ടായി നിന്ന
എന്റെ മകൻ അക്ഷയ്ക്ക്

സുഖദുഃഖങ്ങളിൽ തണലായി മാറിയ
എന്റെ അമ്മയ്ക്ക്

വിധി കവർന്നെടുത്താലും
നിഴൽപോലെ എന്നോടൊപ്പം
സഞ്ചരിക്കുന്ന എന്റെ മകൻ അതുലിന്

എന്റെ എല്ലാ ആത്മസൗഹൃദങ്ങൾക്ക്

ഉള്ളടക്കം

ജീവിതയാത്രയിലെ ഏകാന്തതയും
വേർപാടുകളും ആത്മസംഘർഷങ്ങളും
പങ്കുവെക്കുവാനാകാതെ, വീർപ്പുമുട്ടിയ
നിമിഷങ്ങൾ, മനസ്സിലുള്ളതെല്ലാം എഴുതി
വെയ്ക്കാൻ ആഗ്രഹിച്ചിരുന്നെങ്കിലും
കഴിയാതെ കൊഴിഞ്ഞുപോയ കാലങ്ങൾ...
എങ്കിലും ആത്മാവിൻ പുസ്തകത്താളുകളിൽ
ഓരോ വരികളും ഞാൻ കോറിയിട്ടു.
ഒടുവിൽ എന്റെ സ്മൃതിപഥത്തിൽ
നിന്നും പുറത്തേക്കു വരുവാൻ
വെമ്പിനിൽക്കുന്ന ഓരോ വരികൾക്കും
പുസ്തകത്താളുകളായി പിറവി നൽകി
ഞാൻ തുറന്നുവിടുകയാണ്, തികഞ്ഞ
നിർവൃതിയോടെ ആത്മഹർഷത്തോടെ.

നീത സുഭാഷ്

ശൽക്കങ്ങൾ

തുഷാരകണങ്ങൾ തൂകി നിൽക്കുന്ന
ശൽക്കകന്ദങ്ങളെ നിങ്ങളെത്ര
ചേതോഹാരിണികൾ.
ശൽക്കകന്ദമേ
തുഷാരകണങ്ങൾ നിന്റെ
പ്രേമാശ്രുവാണോ?
നിറങ്ങളാൽ നീയെത്ര മനോഹരി
രൂപഭംഗിയാൽ നീയെത്ര ചേതോഹരി
നീയൊരു പ്രേയസിയോ ശൽക്കകന്ദമേ
ശരത്കാല ശൽക്കകന്ദങ്ങളെ
നിൻ വർണ്ണനോദ്യാനത്തിലെ
ഒരു ഉദ്യാനപാലകനായി
നിൻ ചേതോഹാരിത ആവോളം
ആസ്വദിക്കുവാനായി ഞാൻ
വല്ലാതെ മോഹിച്ചു പോകുന്നു. ■

അമ്മ

അമ്മയുടെ ചിരിക്കുന്ന മുഖത്തിനു പിന്നിൽ
മറഞ്ഞിരുന്നു വേദനയുടെ തീരാക്കടൽ
നിറങ്ങളേതുമില്ലാത്ത അമ്മയുടെ
ജീവിതയാത്രയ്ക്ക്
പറയുവാനേറെയുണ്ടായിരുന്നത്
നഷ്ടങ്ങളെക്കുറിച്ചു മാത്രമായിരുന്നു.
ഏറെയും വാരിക്കൂട്ടിയ സ്വപ്നങ്ങളൊക്കെയും
ഇരുളടഞ്ഞു പോയിതനെക്കുറിച്ചായിരുന്നു.
വർണ്ണങ്ങൾ പൂശാനാവാത്ത
സുഗന്ധം പരത്താനാവാത്ത
ജീവിതത്തെക്കുറിച്ചേറെ
പറയുവാനുണ്ടായിരുന്നു അമ്മയ്ക്ക്
പ്രണയമില്ലാതെ, വസന്തമില്ലാതെ, ബന്ധങ്ങളേതുമില്ലാതെ
ഒറ്റയ്ക്ക് ജീവിതം തുഴഞ്ഞു നീക്കിയ
സാഹസികതയെക്കുറിച്ച്
ഏറെ പറയുവാനുണ്ടാവും അമ്മയ്ക്ക്.
മാതൃത്വമെന്ന ബന്ധനമാവാം
അമ്മയെ ജീവിതത്തിൽ ബന്ധിച്ചു നിർത്തിയത്.
നിറങ്ങളേതുമില്ലാത്ത അമ്മയുടെ ജീവിതത്തിനു പകരം
എന്റെ ജീവിതത്തിനു നിറം പകർന്നു നൽകാൻ
അമ്മയ്ക്കേറെ വ്യഗ്രതയായിരുന്നു
വർണ്ണങ്ങൾ ആവോളം എന്നിലേക്ക് ചാർത്തിതന്ന്
ജീവിതത്തിൽ ഒരു വട്ടം ഞാൻ കണ്ടറിഞ്ഞു
അമ്മയുടെ നിർവൃതിതൻ പുഞ്ചിരി
ലോകം കീഴടക്കിയ ആവേശം ആനന്ദം. ■

ചെമ്പരത്തിപ്പൂവ്

ചുമന്ന ചെമ്പരത്തി പൂവേ
നിന്നെക്കുറിച്ചെന്തേ പലരും
വൃഥാപവാദം പറയുന്നത്?
നിന്നെയെന്താണ് പലരും
ഭ്രാന്തിയായി മുദ്ര ചാർത്തിയത്?
നിന്നിലെ നന്മയറിയാതെ
മഹത്വമാം ഗുണങ്ങളറിയാതെ
നിൻമനം നോവുന്നതു കാണാതെ
പലരും നിന്നെ അപഹസിക്കുന്നു,
പരിഹസിക്കുന്നു.
എങ്കിലും പൂവേ നിയോ
എല്ലാം വൃഥാഭാവത്തിലെടുത്ത്
നിറപുഞ്ചിരിയോടെ നിലകൊള്ളുന്നു.

അപ്പോൾ ആർക്കാണ് പ്രിയപൂവേ
ശരിക്കും ചിത്തഭ്രമമുള്ളത്?
അതു മനസ്സിലാക്കിയാണോ
നീ ഒരു യോഗിനിയെപോലെ
സദാ പുഞ്ചിരി തൂകി നിലകൊള്ളുന്നത്? ■

സാലഭഞ്ജിക

ഒരു സാലഭഞ്ജികയായ് ഏതോ
ശില്പിയെന്നെ കൊത്തിയുണ്ടാക്കി
മറ്റേതോ ശില്പികളൊക്കെയും
വന്നെന്നെ കൊത്തിമിനുക്കി പോകുന്നു

കാണുന്ന നയനങ്ങളെല്ലാം
എന്നെ നോക്കി വർണ്ണിച്ചു

ചേതനയറ്റ എന്റെ ശരീരത്തിനെന്തു
ചന്തമാണത്രെ.

ശ്വാസനിശ്വാസങ്ങൾ ഏതുമില്ലാത്ത
എൻരൂപം ഇത്ര വിശിഷ്ടമാണെന്നോ?
ഓരോരോ ശില്പികളും വന്നെന്നെ
തൊട്ടുതലോടി കൊത്തിവലിച്ചുപോകുന്നു.

ആരറിയുന്നു എന്നിലെ ചേതനയറ്റ
മനസ്സിനും നോവും നൊമ്പരവുമുണ്ടെന്ന്?

ഇന്നും ഒരു സാലഭഞ്ജികയായ് ഞാൻ
ഈ വിണ്ണിലെ സുന്ദരരൂപമായ് നിലകൊള്ളുന്നു. ■

സാരാംഗാക്ഷി

ഹിമകണമാം ശോകത്തിൻ തോണിയിലേറി
അശ്രുബാഷ്പമാം
ആകാശഗംഗയിൽ ഞാൻ യാത്ര ചെയ്കേ
എന്റെ നിഴലാം പങ്കായം കൊണ്ടാ-
തോണി തുഴഞ്ഞു നീങ്ങിടുമ്പോൾ
ഭ്രാന്തമായ് ആർത്തലച്ചു വന്ന കാറ്റേറ്റു
എൻ ശോകമാം തോണി ആടിയുലഞ്ഞുപോയി
മറുകര കാണാതെ ആ തോണിയിലിരുന്നു ഞാൻ
ആത്മാരാധന ചെയ്തു.

അങ്ങു ദൂരെ ഞാനൊരു കാനനചന്ദ്രികയെ കണ്ടു
അതിനുള്ളിൽ ഞാനൊരു ദേവകുമാരനെ കണ്ടു
എൻ ആനനം ഇന്ദുഗോപമായ് തീർന്നു
എന്റെ നിഴലാം പങ്കായം കൊണ്ടാതോണി
ഇഴഞ്ഞു മറുകരെ ഞാനണഞ്ഞു
എന്നിലെ അശ്രുബാഷ്പമാം കണങ്ങൾ
ഓടിയകന്നു പോയി.

ഞാനൊരു നതാംഗിയായി മാറി
കാനനചന്ദ്രിക എന്നെ ഒരു
സാരാംഗാക്ഷിയാക്കി മാറ്റി
ഞാനാകെ ആരൂഢമോദം കൊണ്ടു. ■

മനസ്സെന്ന മായാജാലം

മനസ്സെന്ന മായാജാലമേ
ചിലനേരങ്ങളിൽ നീ ചുട്ടുപൊള്ളുന്നു
വേനലിൽ വറ്റിവരണ്ടുണങ്ങിയ പാടങ്ങൾപോലെ
പച്ചപ്പില്ലാതെ കറുത്തിരുണ്ടു കിടക്കുന്നു.

ചില നേരങ്ങളിൽ നീ പുഴപോലെ ഒഴുകുന്നു.
കുളിർമ്മയുടെ സുഖം പകർന്നു നൽകുന്നു.
ചിലപ്പോഴോ പ്രണയമായ് കോരിത്തരിപ്പിക്കുന്നു.

മനമേ, നിന്നോളം വലിയൊരു മായാജാലക്കാരനെ
ഞാനിതുവരെ കണ്ടിട്ടില്ല.
ജീവിതം തന്നൊരു മായാജാലമല്ലേ?
സ്വപ്നങ്ങൾ കൊണ്ട് പൂവണിയുന്ന ചിലപ്പോൾ
ആനന്ദം കൊണ്ട് ഹർഷപുളകിതമാകുന്നു.
മറ്റു ചിലപ്പോഴോ ദുഃഖഭാരംകൊണ്ട് തീക്കനലാകുന്നു.

പറയൂ, മനമേ നീയെന്ന മായാജാലക്കാരൻ
ഞാൻ തന്നെയാണോ?
നീയെന്റെ പ്രതിരൂപമാണാ?
കണ്ണാടി പോൽ നീയാണോ എന്നിൽ
പ്രതിഫലിക്കുന്നത്? ■

കാലചക്രം

കാലചക്രമേ നീ ഇത്രവേഗം
ഓടിമറഞ്ഞുവെന്നോ?
ഞാനറിഞ്ഞീല കാലമേ നീ
ഓടിമറഞ്ഞതൊന്നും
കാലവർഷം പെയ്തൊഴിഞ്ഞതും
കഠിനമായ വരൾച്ച വന്നുപോയതും
ഞാനറിഞ്ഞില്ല
വസന്തം വന്നതും വർണ്ണത്തുമ്പികൾ
പാറി പറന്നതും ഞാനറിഞ്ഞില്ല കാലമേ.
മിഴി തുളുമ്പിയതും മനം വിതുമ്പിയതും
ഞാനറിഞ്ഞില്ല
കാലചക്രമേ ഞാനെവിടെയായിരുന്നു?
ഞാൻ തപ്പിതടയുകയായിരുന്നു
അന്ധകാരത്തിൽ പെട്ടു
ഞാനുഴലുകയായിരുന്നു. ■

ക്ലാവു പിടിച്ചൊരു നിലവിളക്ക്

ക്ലാവു പിടിച്ചൊരു നിലവിളക്കായി ഞാൻ
ആരാലും വേണ്ടാതെൻ ക്ഷേത്രാങ്കണത്തിൽ
നിലക്കൊള്ളവെ
എന്റെ സ്വപ്നങ്ങളൊക്കെയും കരിംതിരിയായിരുന്നു.
എന്റെ ക്ഷേത്രാങ്കണത്തിലേക്കാരും തിരിഞ്ഞുനോക്കിയില്ല
ആരോരും എന്നെ തേച്ചുമിനുക്കിയെടുത്തില്ല
അവഹേളനത്താൽ എന്നുള്ളം നീറിപിടഞ്ഞു
എൻ മിഴിനീർ തുള്ളികളാൽ കരിംതിരികൾ
പടർന്നൊലിച്ചിറങ്ങി.
ഒരിറ്റു നറുംനെയ്യിനു വേണ്ടി എന്നുള്ളം കൊതിച്ചു
ചുറ്റിനുമുള്ള പ്രഭാകിരണങ്ങൾ എന്നടുത്തുപോലും
എത്തിനോക്കിയില്ല.
ആരാലും വേണ്ടാത്ത എന്നെയും തേടി
ആരോരാൾ വരുമെന്നു വൃഥാ ഞാനാശിച്ചിരുന്നു.
അന്നൊരു ത്രിസന്ധ്യ നേരത്തെൻ എന്റെ
ദേവാലയത്തിനുള്ളിൽ
ആരാരും കാണാതൊരു ഭൂപാലൻ കടന്നുവന്നു
എന്റെ സീമന്തരേഖയിൽ നവനീതങ്കം പകർന്നു നൽകി
ക്ലാവു പിടിച്ചു കിടന്നൊരെൻ മേനി
നവനീതജലേപനത്താൽ അഭിഷേകം ചെയ്തു
ഞാനൊരു മലർമങ്കയായി തീർന്നു
ഞാനൊരു താരകം പോലെ മിന്നിതെളിഞ്ഞു
എന്റെ ക്ഷേത്രാങ്കണകവാടത്തിൽ ഞാനൊരു
സീമന്തിനിയായി നിന്നു.
എന്റെ ഹൃത്തടം പുളകിതമായി. ■

മരണക്കെണി

പരിശ്രാന്തയായ ഞാൻ കാലിടറി
ഇല്ലിമുള്ളുകൾക്കുള്ളിൽ അകപ്പെട്ടു പോയി
മുള്ളുകൾ കോറിയെൻ മേനിയിലാകെ
രക്തം പൊടിഞ്ഞു പുറത്തുവന്നു.
വേദനകൊണ്ടു ഞാൻ പുളഞ്ഞു പോയി.
മെല്ലെയൊന്നു മുകളിലേക്കുയരുവാൻ
അശ്രാന്തപരിശ്രമം ഞാനെടുത്തു
പെട്ടെന്നു വീശിയ കാറ്റിലൂടെ
കരിയിലെ വന്നെന്നെ മൂടിയിട്ടു
വിവശയായ് വീണ്ടും ഞാൻ
കരിയിലയ്ക്കടിയിൽ കമിഴ്ന്നു വീണു.
പുറത്തേക്കു വരുവാനുള്ള ആഗ്രഹത്താലേ ഞാൻ
വീണ്ടും തല പൊക്കി എത്തിനോക്കി
എന്നെ ചവിട്ടി മെതച്ചു കടന്നുപോയ
പാദങ്ങൾ ഏറെയും എന്റെ ആത്മമിത്രങ്ങളായിരുന്നു.
താഴേക്കു പതിച്ച എന്നെ തല കുനിച്ചൊന്നു
നോക്കുവാനായി ആരേയും ഞാനൊട്ടു കണ്ടതില്ല
മഴ പെയ്തു ഒന്നു മുളപൊട്ടി വളരുവാൻ
ഞാനേറെ മോഹിച്ചുപോയിരുന്നു
മോഹങ്ങൾ വ്യർത്ഥങ്ങളാണെന്ന് ഞാനറിഞ്ഞു
ദാഹജലം പോലും കിട്ടുവാനാവാതെ
എന്റെ കണ്ഠം വറ്റി വരണ്ടുണങ്ങി പോയി
അവസാനശ്വാസനിശ്വാസങ്ങൾക്കു മുൻപായി
ചുറ്റിലും എന്റെ നേത്രങ്ങളൊന്നു പരതി
മുകളിലേക്കൊന്നുയരുവാനാവാതെ
ശ്വാസനിശ്വാസങ്ങൾ ഉതിർക്കുവാനാവാതെ
ഞാനാ മരണക്കെണിയിലകപെട്ടു പോയി. ■

ജല്പനങ്ങൾ

കൊട്ടിയടയ്ക്കപ്പെട്ട എൻ അകത്തളത്തിനുള്ളിൽ
ഞാനെന്നും ഏകാകിയായിരുന്നു.

അന്ധകാരത്തിന്റെ ഇരുൾമൂടിയ അകത്തളം
എനിക്കേറെ പ്രിയപ്പെട്ടതായി മാറിയിരുന്നു.

എന്റെ സംസാരവും നെടുവീർപ്പും
ഏറ്റുവാങ്ങിയ ആ ചുമരുകൾ എന്റെ
സ്നേഹസൗഹൃദങ്ങളായി മാറിക്കഴിഞ്ഞിരുന്നു.

ജീവനില്ലാത്ത ആ ചുമരുകൾ ഉപദ്രവകാരികളായിരുന്നില്ല
ഭയപ്പാടുകൾ ഏതുമില്ലാതെ ആ ഇരുളിന്റെ
മറപറ്റി എനിക്കു വസിക്കാമായിരുന്നു.

ഇരവു പകലറിയാതെയുള്ള ഈ ഏകാന്തതയെ
ഞാൻ സ്നേഹിച്ചിരുന്നു.

ആരാണെന്നെ ഈ അകത്തളത്തിലേക്ക് തള്ളിയിട്ടത്?
പ്രകാശകിരണങ്ങൾ പോലും
എന്നടുത്തു വരാൻ അനുവദിക്കാതെ
എന്റെ ജാലകങ്ങൾ കൊട്ടിയടച്ചത്?

ഞാൻ അലമുറ കൂട്ടിയതും ആർത്തലച്ചതും
എനിക്കു മാത്രം വേണ്ടിയാണോ? അല്ല.
എന്റെ പ്രതിരൂപങ്ങൾക്കും കൂടിയല്ലേ
അതിനായിരുന്നുവോ ഞാനീ ഇരുളിൽ തളയ്ക്കപ്പെട്ടത്?

ഞാൻ മുറവിളി കൂട്ടിയതെല്ലാം
ഭ്രാന്തമായ ജല്പനങ്ങളായിരുന്നുവോ?
പ്രതിരൂപങ്ങളെ നിങ്ങളല്ലേ എന്നെ ഇരുട്ടിലാക്കിയത്?
കാപട്യങ്ങളില്ലാത്ത വാക്കുകളെന്നും
ജല്പനങ്ങളായിരുന്നു.

അഭിനയിക്കാൻ അറിയാത്ത ജീവിതം
ഇരുളിൽ കൊട്ടിയടയ്ക്കപ്പെടും

ഒരു നാൾ എന്റെ ജല്പനങ്ങളൊക്കെയും
സ്നേഹത്തിന്റെ നന്മയുടെ
തേനരുവിയായി ഒഴുകിയെത്തും.

പ്രിയരേ... അതറിയുവാൻ ഞാൻ കാത്തുനിൽക്കുകയില്ല
കൊട്ടിയടയ്ക്കപ്പെട്ട എന്റെ ജാലകപ്പഴുതിലൂടെ
ഒരു പ്രകാശം വഴികാട്ടിയായി എന്നടുത്തുവരും

ആ വഴിയിലൂടെ ഞാനൊരു മാടപ്രാവായി
സ്വാതന്ത്ര്യത്തിന്റെ പരവതാനിയിൽ പാറിക്കളിക്കും

എന്നെ കൊട്ടിയടച്ചവരേ, നിങ്ങളെന്നും
രക്തനാസികരായി പകൽവെളിച്ചം കാണാതെ
മനംനീറി പുകഞ്ഞുകൊണ്ടിരിക്കും. ■

ആട്ടക്കഥ

ജീവിതമാകുന്ന ആട്ടക്കഥയിൽ
അർത്ഥമില്ലാത്ത ആട്ടങ്ങൾ
ആടിതിമിർക്കുന്നു
അർത്ഥശൂന്യരായ മർത്യന്മാർ

ഏതുമറിയാതെ, എത്ര കാലമെന്നറിയാതെ
ആടുന്ന ആട്ടകലാശത്തിൽ
എത്രയോ പേരെ മർത്ത്യാ
നീ വേദനിപ്പിക്കുന്നു?

അനർഹമായതു പിടിച്ചു വെയ്ക്കുന്നു
വിട്ടുകൊടുക്കാതെ സ്വന്തമാക്കിവെയ്ക്കുന്നു
അതിവിടെ, തന്നെ ഉപേക്ഷിച്ചു പോകുന്നു
എന്തൊരു വിരോധാഭാസം

സഹയാത്രികനു സ്നേഹം പകരാതെ
പിടിച്ചുവെയ്ക്കലിന്റെ അത്യാർത്തിയുടെ
മാത്രം ആട്ടക്കഥകൾ ആടുന്നു
മർത്ത്യാ, നീയെത്ര ബുദ്ധിശൂന്യൻ. ■

ചില്ലുപാത്രം

കെട്ടി പണിതുയർത്തിയ
എന്റെ സ്വപ്നങ്ങളൊക്കെയും
ചില്ലുമേടയാണെന്നറിയാൻ
ഞാൻ വൈകിപ്പോയിരുന്നു.

ജീവിതത്തിൽ കൈവന്ന വെളിച്ചമെല്ലാം
മായാദീപമായിരുന്നു.

കൈവന്നതെല്ലാം ചില്ലുപാത്രം പോലെ
താഴെ വീണുടഞ്ഞു പോയി.

പെറുക്കിയെടുക്കാൻ കഴിയാത്തവിധം
തകർന്നുടഞ്ഞു പോയിരുന്നു.

പ്രകാശകിരണങ്ങൾ എനിക്കെന്നും അന്യമായിരുന്നു.
അസ്തമയകിരണങ്ങളായിരുന്നു.

എന്നും എന്നിലേക്ക് വിരുന്നുവന്നിരുന്നത്
മധുരിക്കുന്ന ഓർമ്മകളും സ്വപ്നങ്ങളും
എനിക്കെന്നും അന്യമായിരുന്നു.

എത്തിപിടിക്കാൻ കഴിയാത്ത വിധം
അകലത്തിലായിരുന്നു. ■

സ്വപ്നങ്ങൾ കവർന്നെടുത്ത ചകോരപക്ഷി

അളിവേണിയാം ഞാൻ
കാഞ്ചനശൈലത്തിലൊരു
മോഹങ്ങൾ കൊണ്ടൊരു
മോഹകൊട്ടാരമുണ്ടാക്കി
കൊട്ടാരത്തിലെ മലർമഞ്ചലിൽ
അറിങ്കിനാവ് കണ്ടുകൊണ്ടു ഞാൻ
മയങ്ങി കിടക്കവെ
എന്റെ ഹൃദയമാം മുത്തുചിപ്പിക്കുള്ളിൽ
ഞാനൊളിച്ചു വെച്ച
എന്റെ അനശ്വരമാം പ്രണയത്തിന്റെ
ചില്ലുവാതിൽ ഞാൻ മെല്ലെ തുറന്നു.
കിനാവിൻ മധുരിമയിൽ ഞാൻ
ലയിച്ചിരിക്കെ
എന്നരികിൽ പറന്നെത്തിയൊരു
ചക്രവാകപക്ഷി
നിഷ്കരുണം എന്റെ
പ്രണയസ്വപ്നങ്ങൾ കൊത്തിയെടുത്ത്
പറന്നകന്നു പോയി. ■

അർത്ഥശൂന്യമായ മർത്യന്മാർ

സ്നേഹത്തിന്റെ മുഖമറയ്ക്കുള്ളിൽ
അടച്ചുവെയ്ക്കുന്നുവോ കാപട്യത്തിന്റെ
മറ്റൊരു മുഖം?

പുഞ്ചിരിക്കുന്ന അധരങ്ങൾക്കുള്ളിൽ
തളിക്കുവാൻ ഒളിച്ചുവെച്ചിരിക്കുന്നുവോ
വിഷകണങ്ങൾ?

ആശ്ലേഷിക്കുന്ന കരങ്ങളാൽ
ഞെക്കിയമർത്താനുള്ള കോപമുദിക്കുന്നുവോ
മനസ്സിനുള്ളിൽ?

ശരീരം മുഴുവൻ താങ്ങിനിർത്തുന്ന പാദങ്ങൾ
കൊണ്ട് മറ്റുള്ളവരെ ചവിട്ടിമെതിക്കുവാൻ
തോന്നുന്നുവോ അകതാരിൽ?
പരസ്പരം സ്നേഹിക്കുവാൻ കഴിയാത്ത
ജീവിതം അർത്ഥശൂന്യമാണല്ലോ മർത്യാ?

മനസ്സാം മഴവില്ലഴകിനെ
അനശ്വരമാം മാനസമന്ദിരത്തെ
വിഷം കൊടുത്തു.
മാനം കെടുത്തരുതേ മാനവാ. ■

പാവം നിലാപക്ഷി

മുളയിലെ ചിറകു കൊഴിഞ്ഞു
പോയൊരു നിലാപക്ഷിയാണു ഞാൻ
വാനത്തിൽ ആവോളം പാറിപറക്കാനാവാതെ
വർണ്ണച്ചിറകുകൾ അറ്റുപോയ പാവം പക്ഷി
മോഹങ്ങൾ വിരിയും മുൻപേ ജീവിതം
മോഹഭംഗങ്ങളാക്കി മാറ്റാൻ
വിധിക്കപ്പെട്ടുപോയവൾ
സ്വപ്നങ്ങൾക്ക് ചിറകുകളേതും
നൽകാനാവാതെ
ബന്ധങ്ങളേതുമില്ലാതെ
പ്രണയമില്ലാതെ, കൂട്ടിനു ഇണയില്ലാതെ
തുണിയില്ലാതെ തനിച്ചായവൾ
ഏകാകിനിയായി കണ്ണീർകണങ്ങൾ
ഉതിർക്കാൻ മാത്രം
വിധിക്കപ്പെട്ടവളാണി പാവം
നിലാപക്ഷി. ■

പത്തുമണി പൂക്കൾ

ഉഷസ്സുണരുമ്പോൾ മാത്രമെന്തേ
നിങ്ങൾ വിടരുന്നത് പൂക്കളെ?

ഉഷസ്സ് അസ്തമിച്ചു കഴിഞ്ഞാലോ
നിങ്ങളും അസ്തമിക്കുന്നു
ഉഷസ്സാം കിരണങ്ങളോടു
നിങ്ങൾക്കിത്ര പ്രിയതമാണോ
പുഷ്പങ്ങളെ?
അസ്തമയത്തെ നിങ്ങൾ ഭയപ്പെടുന്നുവോ
എന്താണു നിങ്ങൾ മാത്രം
ഇങ്ങനെ വിടരുന്നത്.
അതുകൊണ്ടാണോ പൂക്കളെ നിങ്ങളെ
പത്തുമണി പൂക്കൾ എന്നു വിളിക്കുന്നത്? ■

അഹല്യ

അളകനന്ദ തീരത്തു ഞാൻ
ഒരു അഹല്യയായ് മോക്ഷം നേടി
തപസ്വിനിയെപോലെ ഞാൻ
തപം ചെയ്തു നിന്നു.

യുഗാന്തരങ്ങൾ കഴിഞ്ഞിട്ടും എന്റെ മുക്തിക്കായ്
ഒരു പാദസ്പർശനവും എന്നിലേറ്റതില്ല

അസ്വസ്ഥമാം മനസ്സോടെ ഞാൻ കാത്തിരുന്നു.
ഉഷ്ണകിരണങ്ങളേറ്റും ആലിപ്പഴവർഷങ്ങളേയും
എന്റെ അഴകെല്ലാം അസ്തമിച്ചുകൊണ്ടിരുന്നു.

എന്റെ മോഹങ്ങൾ പൂവണിയുകയില്ലെന്നു
ഒരു ശിലയായ് തന്നെ ഞാൻ നിലകൊള്ളുമെന്നും
ഞാൻ ഭയപ്പെട്ടു പോയി

കാത്തിരിപ്പിനൊടുവിൽ
ഒരു നാൾ എന്നരികിൽ വന്നൊരു
കടൽവർണ്ണൻ
കടൽവർണ്ണൻ തൻ പാദങ്ങൾ എൻ
ശരീരത്തിൽ സ്പർശനം ചെയ്തു

യുഗാന്തരമാം കാത്തിരിപ്പിനൊടുവിൽ
ഞാൻ മോക്ഷം നേടി
സഫലമായി ജന്മം. ■

സുസ്മേരവദനയായ അർക്കൻ

ഇരുളടഞ്ഞ കാർമേഘമേ
നിയെന്തിനാണു അർക്കന്റെ
പ്രഭാകിരണങ്ങളെ മൂടിക്കളഞ്ഞത്?
സദാ പുഞ്ചിരി തൂകിയിരുന്ന
അർക്കനിന്നു വിധൂരിഭാവമാണല്ലോ?

അർക്കനെ നീയെന്തിനാണ്
കാർമേഘത്തിനുള്ളിൽ മൂടികിടക്കുന്നത്?
കാർമേഘത്തിനാവുമോ നിന്നെ
വിധൂരിഭാവത്തിലാഴ്ത്താൻ?
നിന്റെ പ്രഭാകിരണങ്ങളെ
ഇരുട്ടിൽ മൂടിവെയ്ക്കാൻ കഴിയുമോ?
നിന്റെ സ്ഥായിഭാവത്തെ ഇരുളിലാക്കാൻ
ആരാലും കഴിയില്ല.

ഇരുളിൽനിന്നും പൂർവ്വാധികം
പ്രഭയോടെ ഉദിച്ചുയർന്നു വരുന്നതു
കാണാനായി മിഴികൾ ഇമചിമ്മാതെ
നോക്കിയിരിക്കയാണു ഞാൻ
ഇളംചുവപ്പാർന്ന പട്ടുടുത്തു
നെറുകയിൽ തിലകക്കുറിയാണിന്ന്
സുസ്മേരവദനയായി ഒരു നവവധുവായ്
നിറചന്തത്തോടെ നീ വിടർന്നു വരുന്നതു കാണാൻ
എന്തൊരു നിറയഴകായിരിക്കും
അർക്കനേ, നീ ശോഭയോടെ പുറത്തുവരൂ
വിധൂരിഭാവം കൈവെടിയൂ. ■

മനോരഥം

മനോരഥത്തിലേറി
വനത്തിലെ തൂവെൺമേഘങ്ങൾക്കിടയിലൂടെ
മനോവേഗത്തിൽ ഞാൻ യാത്ര തുടങ്ങി

മനോഹരമാം ആ യാത്രയിൽ
മഞ്ഞുകണമാം പളുങ്കുമണികൾ
മതിവരുവോളം ഞാൻ വാരിയെടുത്തു

ആ യാത്രയിൽ ശരത്കാലചന്ദ്രൻ
എന്നോടൊപ്പം കൂടി
എൻ മനോരഥത്തിലേറി ഞങ്ങൾ
ഒരുമിച്ചു യാത്ര തുടങ്ങി

പെയ്തൊഴിയാൻ വെമ്പിനിന്ന വർഷങ്ങൾ
ഞങ്ങളിൽ പെയ്തൊഴിഞ്ഞു

കുളിർമ്മയുടെ സുഖാനുഭൂതിയിൽ ഞങ്ങൾ നിറഞ്ഞു
മനോഹരമാം ആ മനോരഥത്തിൽ നിന്നും
ഇറങ്ങാനാവാത്ത വിധം
ഞാനാ അനുഭൂതിയിൽ അകപെട്ടു പോയി. ■

ചിറകറ്റുപോയ പക്ഷി

വെയിലാറി സന്ധ്യ മയങ്ങി
കൂടണയാൻ നേരമായി
എന്റെ കൂട്ടിലേക്കു പാറി
പറന്നു ഞാൻ
ഇത്തിരി ദൂരം പിന്നിട്ടപ്പോൾ
എനിക്കു ചുറ്റും ഇരുൾ വന്നു മൂടി
പാറിപറക്കൽ കഴിയാത്ത വിധം
എന്നെ ഇരുൾ വന്നു മൂടി
എന്റെ അത്തിമരച്ചോട്ടിലെ
കുഞ്ഞിക്കൂട്ടിലെത്താതെ
ഞാൻ ഇരുളിൽ കിടന്നു പാറി
വഴി കാണാതെ വെളിച്ചം കാണാതെ
ആ പാതിവഴിയിൽ
ഞാൻ ചിറകറ്റു പോയി
എങ്ങുമെത്താതെ. ■

പ്രണയമഴ

അത്രമേൽ പ്രണയമാണെനിക്ക്
പെയ്തൊഴിയുന്ന ഓരോ മഴയോടും
പുതുമണ്ണിൽ പ്രണയഗന്ധത്തോടും
നിനക്കെന്തെല്ലാം ഭാവമാണ് മഴയേ?
ആർത്തലച്ചു പെയ്തൊഴിയുന്ന
നിന്റെ ഭാവം നിൻ പ്രണയത്തിൽ
നഷ്ടദുഃഖമാണാ?
ചിന്നം പിന്നം ചിതറുന്ന നീ
ഒരു പ്രണയ പെയ്ത്തായി മാറുന്നു
ഝിലം ഝിലം നാദമായ്
നീ പെയ്തൊഴിയുമ്പോൾ
നീയൊരു നിത്യനർത്തകിയായ് മാറുന്ന
ഏതെല്ലാം ഭാവങ്ങളിൽ നീ
ആടിതിമർത്തലും മഴയേ?
നിന്നോടെനിക്ക് പ്രണയമാണ്
പെയ്തൊഴിയുന്ന നിന്റെ ഓരോ ഭാവവും
എനിക്കു നൽകുന്നു
പുതുമഴതൻ പ്രണയവസന്തം. ■

കണ്ണുനീർകണങ്ങൾ

എൻ മിഴികളിൽ തുളുമ്പാൻ
വെമ്പി നിൽക്കുന്ന
കണ്ണുനീർകണങ്ങളെല്ലാം
ഒരായിരം നോവിന്റെ നൊമ്പരങ്ങളായിരുന്നു
പറയാൻ വീർപ്പുമുട്ടി നിൽക്കുന്ന
എൻ അധരങ്ങൾക്ക് താങ്ങാൻ
കഴിയാത്ത വിധം കദനങ്ങളുണ്ടായിരുന്നു
ഹൃത്തടത്തിലെ ഓരോ തുടുപ്പിനും
വേദനയുടെ താളങ്ങളായിരുന്നു
പറയാനാവാതെ, തുളുമ്പാനാവാതെ
പങ്കുവെയ്ക്കാനാവാതെ
എന്നിലെ കണ്ണീരുപ്പും ദുഃഖഭാവങ്ങളുമെല്ലാം
എന്നിൽ തന്നെ അലിഞ്ഞുതീർന്നിടട്ടെ. ■

സൂര്യകാന്തി

കാളിന്ദിയിലൂടെ ശതപത്മത്തിലിരുന്നു ഞാൻ
സൂര്യേന്ദു സംഗമം കാണാനായിറങ്ങി
സൂര്യകാന്തിയായ് വിടർന്നൊരെൻ അഴകു കണ്ടുംകൊണ്ട്
അമ്പെയ്തു വീഴ്ത്തി
വിടർന്നു സുന്ദരിയായ ഞാൻ കൊഴിഞ്ഞു വീണു
സ്വന്തമാക്കാനായി എന്നരികിൽ ഓടിയെത്തിയ
സൂനബാണൻ
കൊഴിഞ്ഞു വീണ എന്നിലെ
അഴകസ്തമിച്ചതു കണ്ടു
എന്നെയാകാളിന്ദിയിലുപേക്ഷിച്ചു
കടന്നു കളഞ്ഞു
വിടർന്നുനിന്നൊരെൻ അഴകാസ്വദിക്കാതെ
എന്നെ സ്വന്തമാക്കാനായി വന്നൊരുവൻ
എന്നഴുകും ജീവനും ചവിട്ടി മെതിച്ചു കടന്നുപോയി. ■

കാർമേഘദുഃഖം

കാർമേഘദുഃഖമാണോ
രാത്രിയിൽ പെയ്തിറങ്ങുന്ന മഴത്തുള്ളികൾ?
അതോ, അടരാൻ വെമ്പി ഉതിർന്നു വീഴുന്ന
മിഴിനീർ കണങ്ങളോ?
എന്നെ തലോടി തഴുകുന്ന തെന്നലേ
നീയെന്റെ പ്രണയമാണോ?
നീയെന്നെ തഴുകി തലോടുമ്പോൾ
എൻ സിരകളിൽ പടരുന്നതത്രയും
പ്രണയത്തിൻ മധുകണങ്ങളാകുന്നു.

തെന്നലേ പറയൂ, നീയെന്റെ
കുളിരുള്ള ഓർമ്മയാണോ
അതോ
പ്രണയസുഗന്ധമാണോ? ■

ചങ്ങല കെട്ടിയ മോഹങ്ങൾ

ശാന്തമായ് ഒരു നീലതടാകം
പോലെ ഒഴുകാനായി
ഞാൻ വല്ലാതെ ആശിച്ചിരുന്നു.

സ്വച്ഛമായി ഒഴുകാനെനിക്കു
കഴിഞ്ഞിരുന്നില്ല.
പലരും ഉയർത്തികെട്ടിയ
വേലിക്കകത്തു
അകപ്പെട്ടുപോയിരുന്നു ഞാൻ
ആ വേലിക്കകത്തു നിന്നു
പുറത്തേക്കൊഴുകുവാൻ
ഞാൻ ഭയപ്പെട്ടിരുന്നു
വേലി തകർത്തു ഞാൻ
പുറത്തേക്കൊഴുകിയാൽ
എന്നെ ചങ്ങല കെട്ടിയ
മറ്റൊരു വേലിക്കകത്താക്കുമെന്നു
ഞാൻ വല്ലാതെ ഭയന്നിരുന്നു. ■

പാടുന്ന കോകിലം

മധുരമായ് പാടുന്ന കോകിലമ്മ
നിന്റെ ആലാപനത്തിന്റെ
അർത്ഥമെന്താണ്?
പ്രാണപ്രിയനേ,
വേർപിരിഞ്ഞ വിരഹമോ
പ്രിയനെ വരവേൽക്കാനുള്ള
പ്രേമഗീതമോ?
നിന്നിൽ നിന്നും ഒഴുകിവീഴുന്ന-
ആലാപനം
എൻ മൂകമാം ആത്മാവിൽ
പ്രണയം നിറയ്ക്കുന്നു
സ്നേഹം വിതയ്ക്കുന്നു

മറ്റു ചിലപ്പോഴോ
എന്നെ ശോകമൂകമാക്കി തീർക്കുന്നു
അറിയാൻ കഴിയുന്നില്ലെനിക്ക്
ഇതിനർത്ഥമെന്തെന്ന്

പ്രണയമോ, വിരഹമോ
ശോകമോ
അതോ കോകിലമേ നീ സ്വയം പാടി
പൂത്തു തളിർത്തു പുളകം കൊള്ളുന്നതോ? ■

മഴത്തൂവൽ

ഒരു മഴതൂവ്വൽ
പോലെ വന്നു
നീയെന്നെ തഴുകി
തലോടി പോകുമ്പോഴും
നിശാജലം പോലെ
നിൻ പ്രേമകണങ്ങൾ
എന്നിൽ ഒറ്റി വീഴുമ്പോഴും
ഇളംകാറ്റായ് നീ
എന്നരികിൽ വന്നു
ശൃംഗാര സല്ലാപങ്ങൾ
ചൊല്ലി വിട പറഞ്ഞു.
പോയപ്പോഴൊക്കെയും
നീ മാത്രമായിരുന്നു
എൻ നിനവിൽ
ഞാൻ സൂക്ഷിച്ചുവെച്ചിരുന്നു
എന്നും നിനക്കായ്
എൻ ഹൃദയത്തിൽ
ഒരായിരം സ്നേഹത്തിൻ
പാനപാത്രം. ■

തൂമഞ്ഞിൻ വെൺമെത്ത

തൂമഞ്ഞിൻ വെൺമെത്തയിൽ
മേഘപ്പൂ പുതപ്പെന്നെ
പരിരംഭണം ചെയ്തു മൂടീടവെ
സുസ്മേരവദനയായ് ഞാനൊരു
സ്വപ്നാടത്തിലകപ്പെട്ടു പോയി.

എൻ സ്മൃതികളിൽ വന്നു നിറഞ്ഞൊരു മന്മഥൻ
എൻ മേനിയിൽ ഇളംതെന്നൽ
മാലേയം പൂശി തന്നു.

ഇന്ദ്രചാപങ്ങളാൽ എന്നരികിൽ
ആയിരം ആരാമങ്ങൾ ഒരുക്കിവെച്ചു.

ഞാനതിലലിഞ്ഞു മയൂരനൃത്തമാടി
എൻ ചിലങ്കകൾ ആടിയുലഞ്ഞു

നിർവൃതിയിലലിഞ്ഞു
താമരപൊയ്കയിൽ ഞാനിറങ്ങി നീരാടി
എൻ ചേതന ജീവസ്സുറ്റതായി മാറി. ■

ചിത്രദേഷജ

ചിത്രദേഷജയാം എന്നെ
കാകനൊരാൾ പ്രണയിച്ചു
എൻ കയൽ കൺമിഴിയിൽ
കാകൻ പ്രണയമഷിതൂകി തന്നു
താമ്രവൃക്ഷത്തിന്റെ ചന്ദനംകൊണ്ടെൻ
മുഖമാകെ ലേപനം ചെയ്തു കാകൻ
എൻ മുഖം ചുമന്ന ചെന്താമരയായി മാറി
പരിപാവനമായ പ്രണയം
പ്രപഞ്ചസത്യമെന്ന് ഞാൻ വിശ്വസിച്ചു
അന്നൊരു നാളിൽ കാകൻ
നിശയുടെ മറപറ്റി എൻ കുടിലിനരികിലെത്തി
കാകന്റെ വിളി കേട്ടു ഞാൻ ഞെട്ടിയുണർന്നു
ഞാനെൻ കുടിലിൻ വാതിൽ തുറന്നു
എന്നെ കണ്ടൊരു നേരം കാകൻ
എൻ കുടിലിനു മുന്നിലെ ജടാജ്വാലാലം
ചൂണ്ടുവിരൽ കൊണ്ടണച്ചു
കാകന്റെ കൈകൾ എന്നെ വരിഞ്ഞു മുറുക്കി
അന്നൊരു നേരമെൻ മേനി
അഗ്നികുണ്ഡമായി മാറി
വരിഞ്ഞുമുറുക്കിയ കാകനാം കൈകളിൽനിന്നു
രക്ഷ നേടാനായി ഒരുങ്ങി ഞാനും.
എന്നിലെ സ്ത്രീരൂപം കാളിയായി മാറി തൽക്ഷണം
എൻ കരങ്ങൾ പടവാളായി മാറി
സർവ്വശക്തിയായി ഞാൻ കാളീരൂപം പൂണ്ടു
കാകന്റെ മേനിയിൽ ഞാൻ ക്രോധതാണ്ഡവമാടിതീർത്തു
പ്രണയം പരിപാവനമല്ല എന്ന സത്യം
അന്നു ഞാനറിഞ്ഞു. ■

പ്രണയപ്പാലരുവി

എന്നിൽ പ്രണയമാം മധുരിമ
ഇല്ലായിരുന്നെങ്കിൽ ഞാൻ
ചുട്ടുപൊള്ളുന്നൊരു
കൽക്കരിപാടമായേനേ

എൻ ഹൃദയത്തിൻ പാലാഴിയിൽ
ഞാനൊരു പ്രണയത്തിൻ നിറകുടം തീർത്തു
ആ പ്രണയമാം നിറകുടം ഒഴുകിയിറങ്ങി
ഒരു പ്രണയപ്പാലരുവിയായ് മാറി

ആ പ്രണയപ്പാലരുവിയിൽ
നീരാട്ടിനിറങ്ങിയ ഒരു ആമ്പൽപ്പൂവ്വായ്
ഞാൻ മാറി
ആ പാലരുവിയിൽ എന്നോടൊത്ത്
നീരാടുവാൻ നെയ്പാവൽ ചെടിയിൽ
തൂങ്ങിയാടുന്ന കുഞ്ഞിക്കുരുവികൾ വന്നു
എന്നോടു പ്രണയം കൂടുവാനായി
നീപൊന്മാനും വന്നു.

ആ പ്രണയപ്പാലരുവിയിൽ
ആ പ്രണയ ഓളങ്ങളിൽ
ഞാൻ നീരാടി തിമിർത്തു. ■

പാഴ്ജന്മം

പതനങ്ങളുടെ കഥ പറയുവാനുള്ള
പദങ്ങൾ എനിക്കറിവുണ്ടായിരുന്നില്ല
കരഞ്ഞു തീർത്ത കണ്ണുനീർക്കണങ്ങളെ
കൈക്കുമ്പിളിലാക്കാൻ മാത്രം കരുത്ത്
എന്റെ കരങ്ങൾക്കുണ്ടായിരുന്നില്ല
വീണുടഞ്ഞുപോയ സ്വപ്നങ്ങളൊക്കെയും
പെറുക്കിയെടുത്ത് സൂക്ഷിക്കാൻ
എൻ അകകാമ്പിനുള്ളിൽ സ്ഥലമേതുമില്ലായിരുന്നു
കാലത്തിനൊത്തു വേഷങ്ങൾ
മാറുവാനറിയാത്ത ഒരു
പാഴ്ജന്മമാണു ഞാൻ. ■

എന്നോടുള്ള പ്രണയം

എൻ ഹൃത്തടത്തിൽ മുഴുവൻ പ്രണയമാണ്
എനിക്കു ചുറ്റിലും പ്രണയമാണ്
പ്രകൃതിതൻ പച്ചപ്പിനോടും
ചിന്നം പിന്നം പെയ്യുന്ന ചാറ്റൽമഴയോടും
പ്രണയമാണ് തീരാത്ത പ്രണയമാണ്.

പ്രണയസുഗന്ധം പൊഴിക്കുന്ന
പുഷ്പങ്ങളോട് എനിക്ക് പ്രണയമാണ്.
എനിക്ക് എന്നോടുതന്നെ പ്രണയമാണ്
തീർത്താൽ തീരാത്ത പ്രണയമാണല്ലോ.

ഇളംതെന്നൽ വീശുമ്പോൾ മുഖമാകെ
തഴുകുന്ന കുഞ്ഞു അളകങ്ങളോടും
നീലക്കറുപ്പാം കൺമിഴിയിണകളോടും
പ്രണയമാണെനിക്ക് പ്രണയമാണ്.

വശ്യമാം പുഞ്ചിരി വിരിയുന്ന അധരങ്ങളോടും
പ്രണയമാം മധുശഷകം നിറച്ചുവെയ്ക്കുന്ന
ഹൃദയത്തോടും പ്രണയമാണെനിക്ക്
ആവോളം പ്രണയമാണ്.

പ്രണയമാം പാട്ടുകൾ കേൾക്കുവാൻ മാത്രം
കൊതിക്കുന്ന കാതുകളോടും
മുദ്രകൾ വിരിയുന്ന വിരലുകളോടും

ചിലങ്കകൾ കെട്ടിയാടുന്ന പാദങ്ങളോടും
പ്രണയമാണെനിക്ക്, പ്രണയമാണ്.

എന്റെ ശ്വാസനിശ്വാസങ്ങളെ
നിങ്ങളോടെനിക്ക് നിലയ്ക്കാത്ത പ്രണയമാണ്.

എന്റെ ജീവനാം ജീവനേ, നിന്നോടെനിക്ക്
വാനോളം പ്രണയമാണല്ലോ?

പ്രണയമൊരു ജീവാംശമാണ്
പ്രപഞ്ചമൊരു പ്രണയമാണ്

പ്രണയതരമാണ് എൻജീവനും ജീവിതവും
നിറഞ്ഞു പ്രകാശിക്കുന്ന പ്രണയ-
ദീപമാണു ഞാൻ

പ്രണയത്തിൻ ദീപാരാധനയാണ്
എന്നുള്ളം എന്നുമെന്നും. ■

അനുരാഗസ്വപ്നം

എന്റെ മനക്കാമ്പിനുള്ളിൽ
ആരോരും കാണാതെ മധുനിറച്ചു വെച്ചു
തൂകി തുളുമ്പാതെ ഞാനതു
സ്നേഹപാത്രം കൊണ്ടടച്ചുവെച്ചു

എന്റെ സ്നേഹത്തിൻ മനക്കാമ്പിൽ അറകൾ
തുറക്കുവാൻ ഞാനാരേയും അനുവദിച്ചില്ല

ഞാനൊരു ശ്യാമവർണ്ണനാം
പ്രിയനു വേണ്ടി കാത്തിരുന്നു

വിരഹിണിയായ എന്നേയും തേടി
എന്റെ സ്വപ്നത്തിൻ കിളികൂട്ടിൽ
ഒരു ശ്യാമവർണ്ണൻ വന്നിറങ്ങി

എൻ ഏകാന്തതയുടെ
തടവറ ഭേദിച്ചവനെന്നരികിൽ വന്നുചേരുന്നു
ഓടക്കുഴൽ നാദത്തിൻമാസ്മരികതകൊണ്ടെന്നെ
ആനന്ദനിർവൃതിയിലാറാടിച്ചു

അവനെന്നെ വൃന്ദാവനത്തിലേക്കാനയിച്ചു
എന്റെ ശ്യാമവർണ്ണനൊപ്പം ഞാൻ
വൃന്ദാവനത്തിൽ കേളീനൃത്തമാടിക്കളിച്ചു

എൻ ജഗന്നായകൻ എന്നിൽ
പുഷ്പഹാരം ചാർത്തി

എൻ നെറുകയിൽ ചൂഡാരത്നമണിയിച്ച
എൻ മനസ്സിന്നറകളിൽ അടച്ചുവെച്ച

മധുരമെല്ലാം എന്റെ ശ്യാമവർണ്ണനു ഞാൻ നൽകി
അവനെന്നെ പ്രേമം കൊണ്ടു പുൽകി

മയിൽപ്പീലികൊണ്ടെൻ മേനിയിൽ തഴുകി തലോടി
അവനെന്നെ വിട്ടുപോകാനനുവദിക്കാതെ
എന്റെ സ്വപ്നത്തിൻ പൊൻനൂൽകൊണ്ട്
ഞാനെൻ മനസ്സിനകത്ത് അവനെ കെട്ടിയിട്ടു

അനുരാഗസ്വപ്നത്തിൽ ഞാൻ നിർവൃതിയിൽ
ഞാനലലിഞ്ഞു ചേർന്നു. ■

നീലത്തടാകത്തിലെ അരയന്നം

നീലത്തടാകക്കരയിൽ ചെറുചാറ്റൽ മഴയേറ്റ്,
പ്രകൃതിയുടെ പച്ചപരവതാനിയിൽ
സൂര്യന്റെ പ്രഭാതകിരണങ്ങളേറ്റ് കിടക്കവെ
ആ തടാകത്തിലൊരു അരയന്നമായ്
നീരാടുവാൻ എൻ അന്തഃരംഗം തുടിച്ചു

പതിയെ ഞാനാ ചെറുകൽപ്പടവിലൂടെ
ആ നീലത്തടാകത്തിലേക്കിറങ്ങി ചെന്നു
ചുറ്റിലുമുള്ള സുഗന്ധമാം പുഷ്പങ്ങൾ
എനിക്കു സുഗന്ധലേപനം നൽകി

ഇളംതെന്നൽ എൻ മേനിയിൽ
ആ സുഗന്ധലേപനം പൂശി തന്നു
ഞാനാ തടാകത്തിൽ സ്വർണ്ണ വർണ്ണ
മത്സ്യങ്ങൾക്കൊപ്പം നീന്തി തുടിച്ചു നീരാടവെ
സൂര്യകിരണങ്ങൾ എൻ മേനിയിൽ
സ്വർണ്ണപ്രഭ തൂകി തന്നു.

എന്നെ ചടുലാപാംഗിയാക്കി തീർത്തു
ആ വെള്ളിനീറുറവയിൽ മുങ്ങിനീരാടിയ
ഞാൻ ഒരു അരയന്നമായ് നീന്തി നീങ്ങി. ■

പ്രണയക്കടൽ

പ്രണയമാണ് കടലേ, നിന്നോടെനിക്ക്
എന്തെല്ലാം കാര്യങ്ങൾ എത്രമാത്രം മോഹങ്ങൾ
പറയാനുണ്ട് നിന്നോടെനിക്ക്
നിൻകാറ്റേറ്റ് നിൻ തീരത്തിരിക്കുവാൻ
എന്തൊരാത്മസുഖമാണെന്നോ?
ഉഷസ്സാം തേജസ്സ് നിന്നിൽ പതിയുമ്പോൾ
എൻ മുഖം നിന്നിൽ വിരിയുന്നു.
രാവിൻ നിലാവിൽ നീ കുതിർന്നു നിൽക്കുമ്പോൾ
എനിക്കറിയില്ല നിന്റെ സൗന്ദര്യമാം തേജസ്സിനെ
എങ്ങനെ വർണ്ണിക്കണമെന്ന്?
കാലാന്തരങ്ങൾ കൊഴിഞ്ഞുവീണുപോയലും
നിന്നോടുള്ള എൻ പ്രണയം
വറ്റാത്ത ആഴക്കടലാം നീ തന്നെയല്ലേ?
നീ പുൽകുന്ന കരയായി മാറി ഞാൻ
നിന്നോടലിഞ്ഞു ചേരുന്നു
ഓളങ്ങളായ് നീ എന്നിൽ
നാദങ്ങൾ തീർക്കുമ്പോൾ
ഞാൻ എന്തുമാത്രം പ്രണയാർദ്രയാകുന്നു. ■

കാലം തെറ്റി വരുന്ന വേനലും വർഷവും

ജീവിതമാകുന്ന കാലമേ നീ ഒന്നു
പിൻതിരിഞ്ഞോടുമോ?
ബാല്യത്തിലേക്കൊന്നു മടങ്ങുവാൻ
വൃഥാ ഒരു മോഹം

കാലത്തിനൊത്തു പെയ്യുന്ന
കാലവർഷത്തിൽ ഒന്നു നനഞ്ഞൊട്ടുവാനും
ഇളംവെയിലേറ്റൊന്നു ചെടുചൂടേൽക്കാനും
മോഹമുദിക്കുന്ന എന്നുള്ളിൽ

മഴ പെയ്തു തോരുമ്പോൾ
വേലിപടർപ്പിലെ കണ്ണീർകുടങ്ങളെ
കണ്ണിലെഴുതുവാനുള്ള കുളിർമയനുഭവിക്കാനും
ഒരു മോഹം.

വേലിക്കരികിലെ കള്ളിചെടികളെ
മഷിതണ്ടായ് മാറ്റുവാനുമൊരു മോഹം
ഓണനിലാവും ഓണത്തുമ്പികളും
തുകിലുണർത്താൻ വരുന്ന പാണൻപാട്ടുകളും
ബാല്യത്തിലേതൊന്നുപോൽ
ആസ്വദിക്കുവാനൊരു മോഹം

വിഷുപക്ഷികളുടെ കളകളാരവവും
മുറ്റത്തെ കണിയായ കണിക്കൊന്ന പൂക്കളും

വിഷുക്കൈനീട്ടവും ബാല്യമാം ഓർമ്മതൻ
നിധികളായിരുന്നു.

അന്നു പ്രകൃതിക്കെന്തു സുഗന്ധമായിരുന്നു
പുതുമണ്ണിൻ സുഗന്ധമായിരുന്നു.

കാലമേ, പുറകോട്ടു നോക്കുമ്പോൾ
ഹൃദയം നിറയെ വിഷാദനൊമ്പരമാകുന്നു

കാലമേ, നീയ്യും വിഷാദനൊമ്പരത്തിലാണോ
അതാവുമോ നീയ്യും
കാലം തെറ്റി വരുന്നതും പോകുന്നതും. ■

തേഞ്ഞു തീരുന്ന ജീവിതം

വിശപ്പിനെന്തു വേദനയാം സുഖമാണെന്നോ
കഞ്ഞിവെള്ളത്തിൽ മുങ്ങിക്കളിക്കുന്ന
ഒരു മണി വറ്റിനെന്തു സ്വാദായിരുന്നു?
മുറ്റത്തു നിൽക്കുന്ന കാന്താരിമുളകിന്റെ
കുഞ്ഞുമുളകിന് സ്വാദേറും എരിവായിരുന്നു.
ഉദരത്തിൽ നിന്നും ഉരുണ്ടുകയറുന്ന
വിശപ്പിന്റെ വിളികൾക്ക്
കഠിനമാം വേദനയായിരുന്നു.
ഇട്ടു മുഷിഞ്ഞ വസ്ത്രങ്ങൾക്കുള്ളിലെ
വിയർപ്പിനുമുണ്ടാവാം വേദനയാം കുറെ കഥകൾ
കാലിൽ തേഞ്ഞൊട്ടി പൊട്ടാറായ
മെതിയടികൾക്കെത്ര ദൂരമാം നടന്ന
കഥകൾ പറയുവാനുണ്ടായിരിക്കാം
ചോർന്നൊലിച്ചീടുന്ന ഓലയാം
ഒരു കൂരയ്ക്കും ഉണ്ടാവും
പറയുവാനേറെ കദനങ്ങൾ
എവിടേയും എത്തിപിടിക്കുവാനാവാതെ
ജീവിതമാം യാത്രയിലെങ്ങും
തേഞ്ഞുതീർന്നുകൊണ്ടിരിക്കുന്ന
മർത്യാ, നിന്റെ നെടുവീർപ്പാം വേദനയ്ക്കും
പറയുവാനേറെയുണ്ടാവും
ജീവിതം തന്നെ കറങ്ങും കാലത്തിനൊപ്പം
ആടിയാടി തേഞ്ഞു തീർന്നു പോവുകയല്ലേ? ■

നിലയ്ക്കാത്ത പ്രണയം

പ്രിയനേ, നീയാണ് എൻ
ജീവനും ജീവിതവും
ആനന്ദവും ആഹ്ലാദവും
എന്റെ ശ്വാസനിശ്വാസങ്ങളിൽ
നിറയുന്നത് നിന്റെ ഗന്ധവും പ്രണയവും
പ്രിയനേ, നിൻ പ്രണയം മുഴുവൻ
എന്നിലേക്കൊഴുകിയെത്തുന്നു.
അതൊരു പ്രണയചോലയായി മാറുന്നു.
ആ പ്രണയചോലയിൽ
ഞാനൊരു മത്സ്യകന്യകയായ് നീന്തി തുടിക്കുന്നു.
എന്റെ നിദ്രയിലും ഉണർവ്വിലും
നീയേ, പ്രിയനേ.
എന്റെ വർണ്ണവും വെളിച്ചവും നീ മാത്രം
എന്റെ പ്രണയമാം സ്വപ്നത്തിൽ
ചിറകുകൾ നൽകുന്നതും നീയേ പ്രിയനേ
നിൻ വർണ്ണച്ചിറകുകൾക്കുള്ളിൽ നിൻ
പ്രണയം നുകർന്നു മാത്രം കഴിയണമെനിക്ക്.
ഈ ജന്മം മതിയാകുമോ
നിൻ പ്രണയത്തിലലിഞ്ഞുചേരാൻ
എത്ര ജന്മം ഞാൻ പുനർജനിച്ചാലും
മതിവരുമോ പ്രിയനേ
നിന്നിലലിഞ്ഞ്, നിന്നോട് ചേർന്ന്
നിന്റെ പ്രണയമാസ്വദിച്ച് അനുഭൂതിയിലലിഞ്ഞുചേരാൻ
അറിയില്ല പ്രാണേശ്വരാ
പ്രണയമൊരു വറ്റാത്ത നീരുറവയല്ലേ? ■

ഭയപ്പെടുത്തിയ സ്വപ്നം

നിദ്രയാം ദേവിയെന്നെ കടാക്ഷിക്കാതെ
രാത്രിയുടെ യാമങ്ങളിൽ നെടുവീർപ്പോടെ
ഞാൻ കിടന്നുലഞ്ഞു
അടഞ്ഞുപോകാത്തയെൻ നയനങ്ങളെ
പലവട്ടം അടച്ചുവെയ്ക്കുവാൻ ഞാൻ പാടുപെട്ടു
അനുസരണയില്ലാത്ത എൻ നയനങ്ങൾ
അടയുവാൻ കൂട്ടാക്കിയതേയില്ല
അർദ്ധയാമത്തിലെപ്പോഴോ
ഞാനൊന്നു മയങ്ങീടവേ
ഭയപ്പെടുത്തുന്ന സ്വപ്നത്തിൻ ജാലകം
വേണ്ടാതെ, എൻ മുന്നിൽ തുറക്കപ്പെട്ട
ആ സ്വപ്നത്തിൽ എന്നെ വലിഞ്ഞുമുറുക്കുവാനായി
വിഷസർപ്പങ്ങൾ ആഞ്ഞടുത്തു
ആ വിഷസർപ്പങ്ങൾ എനിക്കുനേരെ
ഫണം വിടർത്തിയാടി കളിച്ചു.
ആ വിഷസർപ്പത്തിൽ നിന്നും
ഒരു കൂട്ടം നന്മയാം മരത്യന്മാർ
എന്നെ രക്ഷിച്ചെടുത്തു
മന്നവന്മാരുടെ മനോഗതം മനസ്സിലാകാതെ
നന്മയെന്നു നിനച്ചതു വെറുതെയായിരുന്നു
വേട്ടപട്ടികളെപോലെ എന്നെ പിടിക്കുവാൻ
ആ മർത്യന്മാർ എന്നരികിലേക്കാഞ്ഞടുത്തു
ആ വിഷസർപ്പത്തേക്കാൾ ദാരുണമായിരുന്നു.

മന്നവനാം വേട്ടപ്പട്ടികൾ
അവരിൽനിന്നും പ്രാണനും കൊണ്ടോടി
തളർന്നു വീണു ഞാൻ
അലറി വിളിച്ചു ഞെട്ടിയെഴുന്നേറ്റു ഞാൻ
കണ്ടതെല്ലാം സ്വപ്നത്തിലാണെന്ന
യാഥാർത്ഥ്യത്തിലേക്കെത്തി ചേർന്നു ഞാൻ
ഭീതിയിലുലഞ്ഞ മനമോടെ
വീണ്ടും കിടന്നുലഞ്ഞു ഞാൻ. ■

ഊമക്കുയിൽ

പാടാൻ കഴിയാത്ത ഈ
ഊമയാം കുയിലിനെ
വിട്ടുപോയതെന്തേ
എന്റെ പ്രിയനാം ഇണകുരുവി?
എന്റെ മൗനത്തിൻ തടവറയിൽനിന്നും
നീ സ്വയമേ പറന്നുപോയതല്ലേ
എന്റെ മൗനത്തിൻ അർത്ഥങ്ങൾ
നീ മനസ്സിലാക്കാതെ പോയതെന്തേ പ്രിയനേ?
നീ എന്നോടുരുയാടിയതിനെല്ലാം
എൻ നയനങ്ങൾ കൊണ്ടുത്തരം ഞാൻ നൽകിയില്ലേ?
എൻ സ്നേഹത്തിൻ ഏഴു വർണ്ണങ്ങളും
മൗനത്തിലും നിനക്കു ഞാൻ നൽകിയില്ലേ പ്രിയനേ?
നീ ഈണത്തിൽ പാടിയ പാട്ടിന്റെ
മധുരിമ എന്നിലെന്നും ഇമ്പമായ് ഒഴുകികിടക്കുന്നു.
ഏറ്റുപാടാൻ കഴിയാത്ത ഈ
ഊമയാം കുയിലിനെ നീ തനിച്ചാക്കിപോയതെന്തേ
പ്രിയനാം ഇണകുരുവി?
ഒരിക്കൽകൂടി നീ എൻ മൗനത്തിൻ
തടവറയിലേക്ക് തിരിച്ചുവരില്ലയെങ്കിലും
എന്റെ പ്രിയനാം ഇണക്കുരുവി
നിനക്കുവേണ്ടി വെറുതെയെങ്കിലും
ഞാൻ കാത്തിരിക്കുന്നു
ഈ ഒറ്റമരക്കൊമ്പിൽ ഈ
പാവമാം ഊമക്കുയിൽ
എന്റെ പ്രിയനാം ഇണക്കുയിലിനെ വരവേൽക്കാൻ. ■

സ്വപ്നമില്ലാത്തവൾ

മഞ്ചാടി മരത്തിന്റെ ചുവട്ടിൽ
മഞ്ചാടി വാരി കളിച്ചതും
മഞ്ഞമന്ദാരത്തിൻ മഞ്ഞപാവാടയണിഞ്ഞതും
കിനാവിൻ കുപ്പിവളകൾ കുലുങ്ങി ചിരിച്ചതും
പോയ്മറഞ്ഞ സുന്ദരമാം സ്വപ്നങ്ങളായിരുന്നു.
മുറ്റത്തെ മഞ്ഞ ചെമ്പകമരത്തിനു മുകളിൽ
ഊഞ്ഞാലാടിക്കളിച്ചതും
കൗമാരസ്വപ്നത്തിൻ ചിറകിലേറി
നെയ്തെടുത്ത സ്വപ്നങ്ങളുമായി
വാനിൽ പറന്നു കളിച്ചതും
രാത്രിയാം യാമങ്ങളിൽ ആരോരുമറിയാതെ
ഒരു മെഴുതിരിനാളം പോലെ
മനസ്സിൽ നാമ്പെടുത്ത കുഞ്ഞുകിനാക്കൾ
ഓർത്തു രസിച്ചുകിടന്നതും
ഓർമ്മയാം തിരശ്ശീലയ്ക്കു പിന്നിൽ
മഞ്ഞു മധുരിക്കും ഓർമ്മകളായിരുന്നു
പിന്നീടെപ്പോഴൊക്കെയോ
എന്റെ കിനാവിൻ കുപ്പിവളകൾ
വീണുടഞ്ഞു പോയിരുന്നു
എന്നെ സ്വപ്നമില്ലാത്തവളാക്കി മാറ്റിയിരുന്നു. ■

മഴമേഘനൊമ്പരം

മഴമേഘമേ നീയെന്തേ
തോരാതെ നീർപളുങ്കുകൾ പൊഴിക്കുന്നത്?
നിന്റെ ഉള്ളിലെ താപങ്ങൾ
ഉരുകി ഒഴിയുന്നതോ അതോ
നിന്റെ നൊമ്പരങ്ങൾ അലിയിച്ചു കളയുന്നതോ
ഇത്രമാത്രം നൊമ്പരങ്ങൾ എന്തേ
നിനക്കു മഴമേഘമേ?
അർക്കന്റെ പ്രഭാകിരണങ്ങൾ
നിന്നിൽ പതിക്കാത്തതാണോ?
നിലാവിൻ താരാനാഥൻ നിന്നിലലിയാത്തതോ
നിൻചുറ്റിലും നിശാമണികൾ മിന്നിമിന്നി
നൃത്തം വെയ്ക്കാത്തതാണോ
ഇതിൽ ഏതിനു വേണ്ടിയാണു
നിന്റെ നീർപളുങ്കുകൾ അടർന്നുവീഴുന്നത്
അതോ ആർക്കും വിശേഷിച്ചിവിടെ
ജന്മത്വമില്ല എന്ന തിരിച്ചറിവാണോ
എന്നെങ്കിലും കൊഴിഞ്ഞുപോകേണ്ടിവരുമെന്ന
പ്രകൃതിയുടെ പ്രതിഭാസത്തെ
ഓർത്താണോ ഈ നൊമ്പരം? ■

തിരയിലലിഞ്ഞ പ്രണയം

അനന്തമാം വിദൂരതയിലേക്ക്
മിഴികൾ നട്ട്
തിര പുൽകുന്ന തീരം നോക്കി
കണ്ണിമ ചിമ്മാതെ അവളിരുന്നു

ഓളങ്ങൾ സ്നേഹസാഗരമായ്
അവളിലേക്കലിഞ്ഞു ചേർന്നു

ലാസ്യമാം ഒരു മന്ദഹാസം
അവളിൽ പൂത്തുലഞ്ഞു

ഒരു തരംഗമായ് പുതുമഴ
അവളിൽ പെയ്തിറങ്ങി
ഹൃത്തടത്തിൽ പ്രണയതുടിപ്പുകൾ
താളം കൊട്ടി
മന്ദം മന്ദം അവൾ നടന്നു നടന്നു

ആ തിരയിലലിഞ്ഞു ചേർന്നു
പ്രണയാർദ്രമായ്. ■

നൃത്തപ്രിയം

കണ്ണാ, നിൻ മുൻപിലൊരു
പ്രണയ രാധയായ് നർത്തനമാടുവാൻ
എനിക്കേറെ മോഹം

എൻ വിരലിൽ വിരിയുന്ന
പ്രണയമുദ്രകളും വിരഹമുദ്രകളും
ഒരു നൃത്തപ്രിയയായ് നിൻമുന്നിലെ
നൃത്തമണ്ഡപത്തിൽ
ആടിതീർക്കാനെൻ മനം വെമ്പുന്നു കണ്ണാ...

എൻ വിരലിൽ വിരിയുന്ന മുദ്രകൾ
എൻ ചിലങ്കയുടെ താളങ്ങൾ
നിൻ മുന്നിലർപ്പിക്കുവാൻ
ഈ ജന്മം എനിക്കാവുമോ
ശ്യാമവർണ്ണാ? ■

ഓലഞ്ഞാലിക്കിളി

അങ്ങു ദൂരെ ഒരു മരക്കൊമ്പിലിരുന്നു
എന്നെ നോക്കി മന്ദഹസിച്ചു
എന്നോടെന്തോ മൊഴിയുവാനായി
എന്നിലേക്കു പറന്നു വന്ന
ഓലഞ്ഞാലിക്കിളിയേ
എന്നോട് നിനക്കെന്താണ് പറയുവാനുള്ളത്?
സുന്ദരസ്വപ്നത്തെക്കുറിച്ചോ
നഷ്ടപ്രണയത്തെക്കുറിച്ചോ
നിന്റെ ഇണയെക്കുറിച്ചോ
അതോ നീ കണ്ട ലോകമാം
വിസ്മയത്തെക്കുറിച്ചോ
പറയുക ഓലഞ്ഞാലികിളിയേ
പൂവ്വരശിൻ പൂക്കളാം
നിറങ്ങൾ കൊണ്ടു ചായം പൂശിയ
നിൻ നഖങ്ങൾ കൊണ്ട്
നീ എന്താണ് മരക്കൊമ്പിൽ
കോറി കുറിക്കുന്നത്?
ആർക്കുള്ള സന്ദേശമാണ്
അതെന്നോടു പറയുവാനാണോ?
നീ എന്നെ നോക്കി മന്ദസഹിക്കുന്നത്
പറയുക ഓലഞ്ഞാലിക്കിളിയേ
നിന്റെ സന്ദേശമെന്താണ്
എന്നോടു നീയതു പങ്കുവെയ്ക്കൂ. ■

പിരിഞ്ഞുപോയ പ്രാണൻ

എൻ പാതിമെയ്യേ, നീ എന്തേ
എന്നെ പിരിഞ്ഞുപോയി?

നിന്റെ പ്രണയങ്ങൾ ഞാനാസ്വദിച്ചു തീർന്നില്ല
നിന്നിലലിഞ്ഞു ചേർന്നെന്റെ മോഹം തീർന്നില്ല

നമ്മളൊരുമിച്ചു നെയ്തെടുത്തു വർണ്ണങ്ങൾ
നൽകിയ സ്വപ്നങ്ങളൊക്കെയും
പാഴ്സ്വപ്നങ്ങളാക്കി നീയെന്തേ മാഞ്ഞുപോയി?

ഏത് അഗാധനിദ്രയിൽ പെട്ടാലും
എൻപ്രിയേ നിൻ വിളികേട്ടാൽ
ഞാൻ തുറക്കാത്ത മിഴിയും
ഞാൻ തുറക്കുമെന്നു പറഞ്ഞ
വാക്കുകളെല്ലാം പാഴ്‌വാക്കുകളായിരുന്നോ പ്രിയനേ
എത്രവട്ടം ഉരുവിട്ടു പ്രിയനേ
നിൻനാമങ്ങൾ
എന്തേ നീ, ഉണരാഞ്ഞൂ.
എപ്പോഴും നിലവിളക്കിന്റെ ശോഭയോടെ
ഞാൻ പ്രഭാപൂരിതയാവണമെന്ന
വാക്കുകൾക്കിനിയെന്തു പ്രസക്തി പ്രിയനേ
എന്നെ ഇരുട്ടിലാക്കി നീ എവിടെ
പോയ്മറഞ്ഞു പ്രാണപ്രിയനേ.
നിന്നെ കാണാനാവാതെ, നിന്നോടുരിയാടാനാവാതെ
എന്നിലെ പ്രകാശമെല്ലാം അണഞ്ഞുപോയി

ഇനി ഏതു ജന്മം കാണുമെൻ പ്രിയനേ നാം
ഇനിയൊരു ജന്മമുണ്ടെങ്കിൽ പ്രിയനേ
ഇനിയുമെനിക്ക് നിൻ പാതിമെയ്യാവണം.
നിന്റെ പ്രണയനിയാകണം

നമ്മൾ നെയ്തെടുത്ത സ്വപ്നങ്ങൾക്ക്
ചാരുത നൽകണം

അതുവരെയും ജീവിതമാകുന്ന അന്ധകാരത്തിൽ
കത്തിയമർന്ന ചാരത്തിൻപുകയായ്
കരിമൂടിയ ഈ ജീവിതം ഞാൻ
ജീവിച്ചു തീർക്കും
പ്രണയമില്ലാതെ, നിറമില്ലാതെ
ഒരു കരിംതിരിയായ് എരിഞ്ഞുതീർന്നുകൊണ്ട്
പുനർജന്മത്തിനായ് കാത്തിരിക്കുന്നു ഞാൻ

വീണ്ടും നിന്നിലലിയാൻ മാത്രം. ■

എന്റെ മകനു വേണ്ടി

ദൂരെ കാണാമറയത്ത്
കുഞ്ഞേ, നീ എവിടെയാണ്
എവിടെയാണ് പൈതലേ
അമ്മയിൽ നിന്നും നീ മറഞ്ഞിരിക്കുന്നത്?
അമ്മതൻ അമ്മിഞ്ഞപാലിൻ മാധുര്യം നുണഞ്ഞ്
പൈതലാം നിൻ നെറുകയിൽ മുത്തം നൽകി
നിന്നോരം ചേർന്നമ്മ കിടക്കുമ്പോൾ
അമ്മതൻ നിർവൃതി അനന്തസാഗരമായിരുന്നു.

നിൻ കുഞ്ഞുകാലടികൾ വെച്ച് ഒറ്റയടികളാൽ
എന്നരികിൽ കുണുങ്ങി കുണുങ്ങി വരുന്നതും
അമ്മതൻ നയനങ്ങൾക്കാനന്ദമായിരുന്നു.

പൈതലേ, നിൻ ആദ്യകൊഞ്ചൽ വിളികളും
തേൻചുണ്ടിലെ പാൽപുഞ്ചിരിയും
അമ്മതൻ വിസ്മയമായിരുന്നു

ലോകം കീഴടക്കിയ ആനന്ദവും ആഹ്ലാദവും
അമ്മയനുഭവിക്കുകയായിരുന്നു.

ഞാനൊരു തൂവ്വൽ പുതപ്പായ്
പൈതലാം നിന്നെ ചേർത്തു പുൽകി കിടക്കവെ
ഏഴുജന്മ സുകൃതവും ഞാനനുഭവിക്കുകയായിരുന്നു.

അമ്മതൻ കൈകളിൽനിന്നും
നിന്നെ അടർത്തി മാറ്റിയ

വിധാതാവാം വിധി അമ്മയ്ക്ക്
തീരാദുഃഖം നൽകിയിരുന്നാലും
ഒരു കുഞ്ഞു താരകമായ്
ഈ അമ്മ മനസ്സിൽ നിൻമുഖം
എന്നുമെന്നും മിന്നിവിടരുന്നു.

പൈതലേ, നിൻമുഖം അമ്മതൻ
മനസ്സിൽ വിരിയുമ്പോൾ
പൈതലേ, നിറയുന്നു
അമ്മതൻ മനവും മിഴികളും
അമ്മതൻ ജീവിതാവസാനം വരേയും
നീ എൻ മനതാരിൽ
ഒരു കുഞ്ഞുപൈതൽ തന്നെ
പിരിയാത്ത നിഴൽപോലെ
എന്നു നീ അമ്മയോടൊപ്പം. ■

പട്ടം കണക്കെ പാറി പറന്നവൾ

ഞാനൊരു ചിത്രശലഭമായ്
എന്റെ വർണ്ണച്ചിറകുകൾ
വിടർത്തി ഒരു പട്ടം കണക്കെ
വാനിൽ ആവോളം പാറിപറക്കുന്നു

ബന്ധങ്ങളില്ല ബന്ധനങ്ങളേതുമില്ല
ബന്ധങ്ങളുടെ കെട്ടുകൾ പൊട്ടിച്ച്
സ്വതന്ത്രമാം കാറ്റേറ്റ്
സന്തോഷം ആസ്വദിച്ച്
പൂക്കളോടും പൊയ്കകളോടും
കിന്നാരം പറഞ്ഞ്
ഒരു പൂമ്പൊടിയായി, പൂമഴയായി
പൂക്കളുടെ തേൻ നുകർന്ന്
സുഗന്ധമാസ്വദിച്ച്
ഒരപ്പൂപ്പൻ താടിപോലെ
വാനിൽ ആവോളം പാറിപ്പറക്കുന്നു

എന്റെ വർണ്ണച്ചിറകുകൾക്കെന്തു സ്വാതന്ത്ര്യം
സൂര്യന്റെ സ്വർണ്ണപ്രഭയിലും
രാവിന്റെ നീലനിശീഥിനിയിലും
ഞാൻ ഏകയായ്, പാറിപ്പറക്കുന്നു
അനന്തമാം ആകാശത്തോടെ. ■

പ്രണയം പാടാത്ത വീണ

എന്തേ വീണേ, ഞാൻ ശ്രുതി മീട്ടുമ്പോൾ
നീ പ്രണയമാം ഗീതങ്ങൾ ആലപിക്കാത്തത്
എൻ വിരലുകൾ നിൻ തന്ത്രിയിൽ
ശ്രുതി മീട്ടുമ്പോൾ നീ പാടുന്നതെല്ലാം
വിരഹഗാനങ്ങളും ശോകഗാനങ്ങളുമാണല്ലോ.

ഞാൻ ശ്രുതിമീട്ടുമ്പോൾ നീ എന്തേ
പ്രണയം പാടാത്തത്?
എന്നിലെ പ്രണയം നീ അറിയാഞ്ഞിട്ടോ
അതോ എൻ പ്രണയം നീ നിരസിക്കുന്നതോ
എൻ വിരലുകൾ നിന്നിൽ ഞാൻ മീട്ടുമ്പോൾ
അസഹ്യമാം വേദനയും ശോകവുമാണോ
നീ അനുഭവിക്കുന്നത്.
ആ നിന്നിൽ ഒരു വട്ടമെങ്കിലും ഒരു പ്രണയഗീതം
മീട്ടുവാനെനിക്ക് ആകുമോ എൻ വീണേ.
അതിനായ് ഇനിയും ഞാനെത്ര ശ്രുതി മീട്ടണം
നിന്നിൽ പ്രിയവീണേ? ■

സ്വപ്നങ്ങൾക്ക് നിറം ചാർത്തിയവൾ

സ്വപ്നങ്ങളെല്ലാം ചിതൽപുറ്റേറ്റ്
മൂടികിടന്നൊരുവളെ
നിറമേഴും വർണ്ണങ്ങൾ ചാർത്തി
അവനിലേക്കണച്ചു ചേർത്തു.

കസ്തൂരി തൈലം പൂശിയവളെ
സുഗന്ധിയാക്കി തീർത്തു.

നിളയിലവളെ നീരാടിച്ചു
ഇളംതെന്നലാലവളെ
നിളാകണങ്ങൾ ഒപ്പിയെടുപ്പിച്ചു

ആദിത്യകിരണങ്ങൾ അവൾക്കായ്
കാഞ്ചനതിലകം നൽകി
ചിതൽപുറ്റേറ്റ് മൂടി കിടന്ന
സ്വപ്നങ്ങളെല്ലാം
അവൾ നിറം ചാർത്തിയെടുത്തു

നീലവാനം അവർക്കായ് കൂടൊരുക്കി
പൂമലർക്കാവ് അവർക്കൊരു
പുഷ്പശയ്യയൊരുക്കി

അവർ തമ്മിൽ മതിവരുവോളം
പ്രകൃതി പ്രണയമാസ്വദിച്ചു. ■

ചിത്തിരമാസ ചേതോഹാരിണി

ചിത്തിരമാസത്തിൽ ചാരുതയോടെ
എൻ മാനസത്തിൽ വന്നു നിന്നൊരു
ചേതോഹാരിണി
മുല്ലപ്പൂമാലയണിഞ്ഞു നിന്നയവളുടെ
പരിമളമാം സുഗന്ധം
ചൈത്രമാസത്തെന്നൽ എന്നിലേക്കു
പകർന്നു നൽകി.

എന്റെ മാനസകിളിവാതിൽ
ഞാനവൾക്കായ് തുറന്നുകൊടുത്തു.
പവിഴാധരം കൊണ്ടു പുഞ്ചിരിതൂകികൊണ്ടാ-
ചേതോഹാരിണി എന്നെ നോക്കി
എൻ നയനങ്ങൾ അവളിൽ പതിച്ചു

അവളൊരു ചേതോഹരയോർമ്മകളായി മാറി
ഞാനൊരുചിത്രരഥത്തിലേറി
അവൾക്കരികിലെത്തി
മൃദുലമാം കരങ്ങൾ കവർന്നെടുത്തു
എൻ മനസ്സിനകത്തേക്കവളെ ആനയിച്ചു
കാതരയായവൾ കൊഞ്ചികൊണ്ടെൻ
അകത്തളത്തിൽ ചേക്കേറി
ഒരുമെയ്യായ് ഒരാത്മീയാംശമായ്
ഞങ്ങളൊന്നായി ചേർന്നു. ■

കിനാവിന്റെ കിതാബ്

കിനാവിന്റെ വലിയൊരു കിതാബുമായ്
സ്വപ്നാടനയായ് നടന്നൊരു ഞാൻ
കാലിടറി വീണു ഒരു കൂട്ടിലകപ്പെട്ടുപോയ്
എന്റെ കിനാവിൻ കിതാബുകൾ
ഞാനാ കൂട്ടിലിട്ടടച്ചുവെച്ചു
കൂട്ടിനുള്ളിലെ കുഞ്ഞുദ്വാരകത്തിൽകൂടി
ഞാനൊരു ദ്വാരപാലകനെ കാത്തിരുന്നു.
യാമങ്ങൾ ഏറെ കഴിഞ്ഞിട്ടും
അവിടെയങ്ങുമാരുമെത്തിയില്ല.
ആരേയും കാണാനാവാതെ ഞാൻ
ആ കുഞ്ഞു ദ്വാരകത്തിലൂടെ ഞാൻ നോക്കിയിരുന്നു.
എന്നരികിൽ നിശയുടെ നിഴലുകൾ വന്നിരുന്നു.
ഞാനുമാ നിഴലുമായ് ആത്മസൗഹൃദരായ് മാറി
എന്റെ കിനാവാം കിതാബിൻ താളുകൾ
ഞാനാ നിഴലുമായി പങ്കുവെച്ചു
എന്റെ കിനാവുകൾ കേട്ടിരുന്ന
ആ നിഴലിനെന്നോട് സ്നേഹമാം
സൗഹൃദമേറി വന്നു.
ഞാനാ നിഴലുമായ് ലയിച്ചുചേർന്നു
കൂട്ടിൽ നിന്നും പുറത്തുവന്നു
എന്റെ കിനാവാം കിതാബിൻ താളുകൾക്ക്
നിറങ്ങളാം ചായങ്ങൾ ഞാൻ ചാർത്തി നൽകി
ആകാശത്തിലങ്ങോളമിങ്ങോളം
എൻ കിനാവിൻ കിതാബിൻ താളുകൾ പാറിപ്പറന്നു. ■

പോയ്മറയുന്ന താരകങ്ങൾ

രാവ് പുലരിയാകുമ്പോൾ
പ്രിയതാരകങ്ങളേ
നിങ്ങളെവിടെ പോയ്മറഞ്ഞു
എന്റെ നയനമാം പരിധിക്കുള്ളിൽ
തിരഞ്ഞു നോക്കിയിട്ടൊന്നും
എവിടേയും നിങ്ങളെ കണ്ടതില്ല.
വിണ്ണിന്റെ മറവിൽ നിങ്ങൾ സ്വയം
മറഞ്ഞതെന്തേ?
നിശയാം നീലവാനത്ത് മിന്നിമിന്നി
കളിക്കുന്ന വെൺതാരകങ്ങളെ
നിങ്ങളെന്തുമാത്രം സുന്ദരമാണെന്നോ
രാവ് പുലരിയാകുമ്പോൾ നിങ്ങളെന്തേ
പോയ്മറയുന്നു?
പുലരിയേക്കാൾ ചന്തം രാവിനാണോ
അതോ പുലരിയുടെ പ്രഭയിൽ
നിൻ ചന്തം കുറയുമെന്നു കരുതിയാണോ
പുലരിയിൽ വിണ്ണിന്റെ മറവിൽ
പോയ്മറയുന്നത്, താരകങ്ങളെ. ■

ചെമ്പനീർപ്പൂവ്

നീയെന്തേ ഇന്നു ചെമ്പനീർ പൂവേ
നിരാശയായിരിക്കുന്നത്
നിൻമുഖമെന്തേ വിടർന്നു വിരിയാത്തതു
മുകുളമായ് മാത്രമെന്തേ നീ നിലകൊള്ളുന്നത്?
നിൻ പരിമളമാം സുഗന്ധം എന്താണു
ചുറ്റിലും പടർത്താത്തതു
നിൻ മുഖം വിടർന്നു ശോഭിച്ചാലേ
എന്നുള്ളം വിടരുകയുള്ളൂ.
വീശിയടിക്കുന്ന ഇളംകാറ്റേറ്റിട്ടും
ഇന്നു നീയെന്തേ വിടർന്നു നൃത്തമാടാത്തതു
നിന്നിലെ തേൻ നുകരാനായ്
നിൻ പ്രിയനാം വാർമുകിൽ വണ്ടു
നിന്നരികിൽ വരാത്തതുകൊണ്ടോ
നിൻ ചുറ്റിലുമവൻ വട്ടമിട്ടു
പറക്കാത്തതുകൊണ്ടോ
ആയിരിക്കുമല്ലേ ചെമ്പനീർപ്പൂവേ
നീ നിരാശയായിരിക്കുന്നത്? ■

സ്വപ്നസഞ്ചാരി

നീയറിയാതെ ഞാൻ നിന്നിലൂടെ
സഞ്ചരിക്കുകയായിരുന്നു
നിന്നെ അറിയുകയായിരുന്നു.
ഒരിക്കലെങ്കിലും നീയെന്നെ തിരിച്ചറിഞ്ഞീല്ല
അറിയില്ല പ്രിയനേ, എന്നെ
ഞാൻ എൻ സ്വപ്നങ്ങളും
അത്രമേൽ വിരൂപമായി തീർന്നിരിക്കുന്നു.
നിന്നോടുള്ള എൻ പ്രണയവും
പ്രിയവും എന്നിലലിഞ്ഞുചേർന്നിരുന്നു.
എന്നിൽ നിന്നു അടർത്തിമാറ്റാനാവാത്തവിധം
ജന്മജന്മാന്തരങ്ങളോളം നീയറിയാതെ
നിന്നോടൊപ്പം സഞ്ചരിക്കാൻ
എനിക്കതു മാത്രം മതിയായിരുന്നു.
ഒരിക്കൽപോലും നീയെന്നെ അറിയാതിരിക്കട്ടെ
തിരശ്ശീലയ്ക്കു പിന്നിൽ ഞാൻ മറയുകയാണ്.
ആ തിരശ്ശീലയ്ക്കു പിന്നിൽ നിന്നുകൊണ്ട്
എന്നും നിന്നോടൊപ്പം ഞാൻ സഞ്ചരിക്കുകയാണ്
ഒരു സ്വപ്നസഞ്ചാരിയെപ്പോലെ. ■

നിഴൽപോലും സ്വന്തമല്ലാത്തവർ

പായുകയായിരുന്നു ഞാൻ
എങ്ങോട്ടൊക്കെയോ
എന്തിനൊക്കെയോ വേണ്ടി
തിരിഞ്ഞൊന്നു ചുറ്റിലും കണ്ണുകൾ
പായിക്കാനൊട്ടും സമയമില്ലാത്തവിധം
തിരക്കിലായിരുന്നു ഞാൻ
പരിചിതമുഖങ്ങൾക്ക് പുഞ്ചിരി നൽകാതെ
ആത്മസൗഹൃദങ്ങൾക്ക് സ്നേഹം നൽകാതെ
മനസ്വിനിയായവൾക്ക് പ്രണയം പകുത്തു നൽകാൻ
പോലും സമയമില്ലാതെ ഞാൻ
പാഞ്ഞുകൊണ്ടിരുന്നു.

ദീർഘനിശ്വാസങ്ങൾക്കു പോലും
സമയമില്ലാതെ പായുകയായിരുന്നു
കാലത്തിനേക്കാൾ വേഗതയിൽ ഞാൻ
കുതിക്കുകയായിരുന്നു.

ഒരുവേള ഓടിത്തളർന്നു വാടിയ ഞാനറിഞ്ഞു
ഒന്നും എനിക്കു സ്വന്തമായില്ലെന്ന്
സ്വന്തം നിഴൽപോലും
എനിക്കു സ്വന്തമല്ലെന്ന്. ■

സ്വപ്നമാം ആകാശയാത്ര

മഞ്ഞുപെയ്യുന്നൊരു നിലാവിൽ
മഞ്ഞ കണിക്കൊന്നച്ചോട്ടിലിരുന്നു ഞാൻ
ആകാശഗംഗയിലേക്കൊരു യാത്ര നടത്തി
മഞ്ഞുനീർക്കണങ്ങൾ വീണു
എൻ മേനിയാകെ കുളിരുകോരി
വിണ്ണിൻ വെൺപുതപ്പുകൊണ്ടു
ഞാനാകെ മൂടിപ്പുതച്ചു
വീണ്ടും ഞാൻ എന്റെ സ്വപ്നമാം
ആകാശയാത്ര തുടങ്ങി
ആ യാത്രയിൽ മൗനവും
ഏകാന്തതയുമായിരുന്നു
എന്റെ ചങ്ങാതിമാർ
മൗനമാം ചിറകിലേറി ഞാൻ
സുരപഥത്തിലേക്കു ചെന്നിറങ്ങി. ■

ആടിയുലഞ്ഞ മണിമഞ്ചൽ

മാണിക്യക്കല്ലണിഞ്ഞു
ഞാനൊരു ദേവാംഗനയായ് തീർന്നു
മണിമാരൻ വന്നെന്നെ
വിരിമാറിൽ ചേർത്തണച്ചു
ലജ്ജയാൽ ഞാനൊരു
മരാളികയായ് മാറി.
എൻ വിറയാർന്ന കൈകളാലേ
ഞാനെൻ മണിമാരനെ
പൂകി പുൽകി
മണിമഞ്ചലിലിരുന്നു ഞങ്ങളൂയലാടി
തോരാത്ത പേമാരിയിൽ
ഞങ്ങളുടെ മണിമഞ്ചൽ
ആടിയുലഞ്ഞു പോയി
എങ്ങോ എവിടേയ്ക്കോ
ഞങ്ങളേയും കൊണ്ട്
ആടിയുലഞ്ഞു പോയ്മറഞ്ഞു. ■

അനുഭൂതിയുടെ ആത്മസംഗീതം

സങ്കടമാം ആഴക്കടലിൽ
കടലാസു തോണിയിലേറി
ആരോരും തുണയില്ലാതെ
മുങ്ങിത്താഴാൻ തുടങ്ങിയ
എന്നെ വാരിയെടുത്ത്
മുകളിലേയ്ക്കടുപ്പിച്ചു
അദൃശ്യമാം കരങ്ങൾ നീ ആയിരുന്നോ
മായാ വർണ്ണാ
നീയാം കരങ്ങളായിരുന്നോ
എന്നേയും കൊണ്ട് തുഴഞ്ഞുനീങ്ങി
അങ്ങു ദൂരെ ആനന്ദമാം
ആരാമത്തിന്റെ പറുദീസയിലെത്തിച്ചത്
അതേ, നീയാം കരങ്ങൾ തന്നെയാണത്
ഇന്നും നിൻ കരങ്ങളിൽ
നിൻ ദേവിയായ്
ഞാനനുഭവിക്കുന്നു
ഏഴു സപ്തസ്വരങ്ങളും മീട്ടുന്ന
മുരളികതൻ മധുരതരമായ
അനുഭൂതിതൻ ആത്മസംഗീതം. ■

തങ്കലിപികൾ

തങ്കലിപികളാൽ ഞാനെഴുതിയ
പ്രണയഗീതങ്ങൾക്ക്
ഈണം പകരുവാനായ്
ആരുമാരും എന്നരുകിൽ എത്തിയില്ല.
കാലമേറെ കാത്തിരുന്നിട്ടും
എന്റെ ഗീതങ്ങൾക്ക് ഈണം
നൽകുവാനായി ആരുമെന്നടുത്തെത്തിയില്ല.
ഈണം നൽകുവാനാവാതെ
ഒന്നു പാടാനാകാതെ
എൻ തങ്കലിപികൾ തേഞ്ഞുമാഞ്ഞു
പൊയ്ക്കൊണ്ടിരുന്നു.
എൻ ഹൃദയമാം തന്ത്രികയിൽ
എൻ പ്രണയഗീതങ്ങൾ
ഞാനേകയായ് ശ്രുതിമീട്ടിപ്പാടി
മറ്റൊരാൾ ഈണം നൽകുവാനില്ലാത്ത
ആസ്വദിക്കുവാനില്ലാത്ത
എന്റെ സ്വന്തം പ്രണയഗീതം. ■

പ്രണയരാധയെപ്പോലെ

പ്രിയ രാധയോടുള്ള പ്രണയം
നിനക്കെന്നോടില്ലെങ്കിലും മയൂരവർണ്ണാ,
ഞാൻ നിന്നെ പ്രണയിക്കുന്നു
പ്രണയിനിയാം രാധയെപ്പോലെ
എൻ മനതാരിലെ പ്രണയമെല്ലാം നിനക്ക്
എൻ മനസ്സാം വൃന്ദാവനത്തിലെ
കൃഷ്ണതുളസിയെല്ലാം
തുളസീഹാരമായ് നിന്നെയണിയിക്കുന്നു മായക്കണ്ണാ,
എൻ അകതാരിൽ ഒരായിരം ദീപങ്ങൾ
കൊളുത്തി നിൻ മുന്നിൽ ദീപാരാധന
നടത്തുന്നു ഞാൻ മുരളീമാധവാ,
ഒരു വിടർന്ന താമരയായ് എന്നും
നിൻ മുന്നിൽ പൂജയ്ക്കായ് ഞാനെത്തുന്നു
നിൻ വിടർന്ന ആലിലക്കണ്ണുകളും
മുരളീഗാനവും എന്നെ
ഉന്മാദമാം നിർവൃതിയിൽ ആറാടിക്കുന്നു.
നശ്വരമാം ഈ ഭൂമിയിൽ
അനശ്വരപ്രണയമാണ് എനിക്ക് നിന്നോട്
ഈ ജന്മത്തിലില്ലെങ്കിലും
പിറവിയെടുക്കാത്ത വരുംജന്മത്തിലെങ്കിലും
ഒരു പ്രണയരാധയായ് പിറവിയെടുക്കാൻ
എനിക്കാകുമോ തുളസീധരാ... ■

പ്രാണപ്രിയനെ വേർപിരിഞ്ഞുപോയവൾ

തുറക്കാൻ വെമ്പുന്ന എൻ മിഴികൾ
തുറക്കാനാവുന്നില്ലെനിക്ക് പ്രിയനേ,
നീയെന്നെ കാണുന്നുവോ, എന്നടുത്തിരിക്കുന്നുവോ
പ്രിയനേ,
എൻ ജീവനാം നിന്നെ ഒരു നോക്കുകൂടി
കാണുവാൻ എൻമിഴികളിനി തുറക്കില്ല പ്രിയനേ
ജീവിതമാം വേലിയേറ്റവും വേലിയിറക്കവും
നമ്മളൊന്നായറിഞ്ഞു
വേനലും വർഷവും നമ്മളൊരുമിച്ചായിരുന്നു.
പ്രണയമാം രാവുകളിൽ
നിന്നോടു ചേർന്നു കിടക്കുമ്പോൾ
നിന്നെ ഞാൻ ഒരിക്കലും വേർപിരിയില്ല
എന്ന് പലതവണ ഞാൻ
ഉരുവിട്ടുകൊണ്ടിരുന്നു.
എന്നെങ്കിലും ഒരിക്കൽ പിരിയേണ്ടി വരുമെന്ന്
ഉള്ളാലെ നമുക്കറിയാമായിരുന്നു
ജീവിതമാകുന്ന കളിനിലത്തിലെ
സുഖദുഃഖങ്ങൾ നാം ഒരുമിച്ചു പങ്കിട്ടു
ഒരുനാൾ നിന്നെ ചുറ്റിയ എൻ കരങ്ങൾ
താനേ അയഞ്ഞുപോയി.
നിന്നെ ചുംബനങ്ങൾകൊണ്ടു മൂടിയ
എൻ അധരങ്ങൾ ഒന്നുകൂടി

നിനക്കൊരു ചുംബനം നൽകുവാൻ
തുറക്കാനാവുന്നില്ലെനിക്ക്
നിൻ ഗന്ധം ആസ്വദിക്കുവാനും.
നിന്നിലെ സ്നേഹസ്പർശം അനുഭവിക്കാനും
എന്നാത്മാവും ശരീരവും ചലിക്കുന്നില്ല പ്രിയനേ.
നിന്നെ പിരിയുവാൻ വയ്യാത്ത ഞാൻ
നിന്നിൽ നിന്നും അടർന്നു പോവുകയാണ്.

യാത്രാമൊഴി ഏതുമേ നൽകാതെ
എൻ മിഴികൾ നിന്നെ കാണാൻ
ഒരു വട്ടം കൂടി തുറക്കാനാവാതെ
ഒരിക്കലും മടക്കമില്ലാത്ത യാത്ര. ■

മരുഭൂമിയിലൊരു മരുപ്പച്ച തേടി

സ്വപ്നങ്ങളേതുമില്ലാതെ
ലക്ഷ്യങ്ങളറിയാതെ
മരുഭൂമിയിലൂടെ മരുപ്പച്ചയില്ലാതെ ഞാൻ
വാടിത്തളർന്നു നടന്നു

കനൽക്കാറ്റേറ്റ്
എന്റെ മനസ്സും ശരീരവും
കനൽക്കട്ട കണക്കേ ചുട്ടുപൊള്ളി
ഒരു മഴയ്ക്കായ് വേഴാമ്പലിനെപ്പോലെ
എൻ മനം തുടിച്ചു.

മഴ പെയ്തൊന്നു പൂത്തു തളിർക്കാൻ
എന്നുള്ളം കൊതിച്ചു
വാടിത്തളർന്ന ഞാൻ
ആ മണൽക്കൂനയിൽ തളർന്നിരുന്നു.

ദുഃഖകാരിണിയാം എന്നിൽ
പ്രകൃതിയലിഞ്ഞു
വറ്റിവരണ്ട എന്നിലേക്ക്
മഴമേഘങ്ങൾ വർഷധാര നടത്തി

ജീവനൗഷധമായി എന്നിലതു പടർന്നിറങ്ങി
ഞാൻ മതിവരുവോളം കുളിർമ്മയിലാറാടി
ഒരു മഴമരമായ് പൂത്തുതളിർത്തു
ഞാനാ ജന്മരമ്യതയിലലിഞ്ഞുചേർന്നു. ■

മനോഹരശലഭം

ചിത്രശലഭമേ, നീ അറിയുന്നുവോ
വർണ്ണപ്പകിട്ടാർന്ന സ്വന്തം ചിറകുകളെക്കുറിച്ചോർത്ത്?

സ്വയം മനോഹാരിതയെക്കുറിച്ച്
ശലഭമേ നിന്റെ മനോഹാരിതയാസ്വദിക്കാൻ
ആയിരം നയനങ്ങൾ നിന്നെ
പിൻതുടരുന്നത് നീ അറിയുന്നുവോ?

നീ മധു നുകരുന്ന പുഷ്പങ്ങൾക്കറിയാം
നിന്റെ മനോഹാരിതയെക്കുറിച്ച്
അവർ പരസ്പരം പറയുന്നുണ്ടാകാം

നീ മധു നുകരുന്ന അവരുടെ സൗഭാഗ്യത്തെക്കുറിച്ച്. ■

കിട്ടാക്കനി തേടി

കിട്ടാക്കനി തേടി ഉന്മാദിനിയെപ്പോലെ
അലഞ്ഞുതിരിഞ്ഞു നടന്നൊരു ഞാൻ
തേടിയിടത്തൊന്നും തിരഞ്ഞു നടന്ന
കനിയെ എനിക്കു കിട്ടിയില്ല.

അങ്ങു ദൂരെ മഞ്ഞുതാഴ്‌വാരം കണ്ടു
കനിയെന്നു കരുതി ഞാൻ
അങ്ങോട്ടോടിയണഞ്ഞു

വാരിയെടുക്കാനായി ആർത്തിയോടെ
ആഞ്ഞടുത്തതും
മഞ്ഞുപാളികൾ വന്ന് എന്നെ മൂടിയിട്ടു

ഉന്മാദലഹരി പൂണ്ടു നടന്നൊരു ഞാൻ
കിട്ടാക്കനി കിട്ടാതെ പ്രാണൻപോലും
കിട്ടാതെ പിടഞ്ഞു
മഞ്ഞുപാളികൾക്കുള്ളിൽ മൂടപ്പെട്ടുപോയി. ■

കാലം തെറ്റി പൂക്കുന്ന കുസുമങ്ങൾ

കാലം തെറ്റി പൂക്കുന്നതു
കൊണ്ടാണോ കുസുമമേ
നീ അനാദരിക്കപ്പെടുന്നത്?
അതുകൊണ്ടാണോ
നിന്നെ അകത്തളത്തിലടച്ചിടുന്നത്
കാലം തെറ്റി പൂത്താലും
ഏതകത്തളത്തിൽ നിന്നെ അടച്ചുവെച്ചാലും
കുസുമമേ, പുറത്തേക്കൊഴുകി വരുന്ന
നിൻ സൗരഭ്യം ആർക്കു തടയാനാകും
നിന്റെ അന്തരാത്മാവാം ചൈതന്യവും
സുഗന്ധവും തടയാനാർക്കാവും
കുസുമമേ
നീയൊരു അകാലകുസുമമായാലും
നിൻ സൗരഭ്യം അനർവ്വചനീയമാണല്ലോ? ■

പഞ്ചവർണ്ണത്തത്ത

പരിഭവമരുതേ, എന്നോടു
പഞ്ചവർണ്ണത്തത്തേ
ഏകാകിയായ എനിക്കൊരു കൂട്ടിനായി
നിന്നെ ഞാൻ കൂട്ടിലടച്ചു
കൂട്ടിലടയ്ക്കപ്പെട്ടതുകൊണ്ട്
നീ എന്നെ വിട്ടുപോകില്ലല്ലോ

പഞ്ചവർണ്ണത്തത്തേ
സ്വാർത്ഥമായ സന്തോഷത്തിനായ്
നിന്നെ ഞാൻ കൂട്ടിലടച്ചാലും
പ്രിയ പൈങ്കിളിത്തത്തേ
നീയെന്റെ ഏകാന്തതയ്ക്കൊരു
കൂട്ടായിരുന്നു.

സ്നേഹം നൽകി ഊട്ടിയവരെല്ലാം
ഏകാന്തതൻ പടുകുഴിയിലേക്കെന്നെ
തള്ളിവിട്ടു അകന്നുപോയി

ഞാൻ നൽകിയ സ്നേഹമെല്ലാം
നിരർത്ഥകമായി
നീയും എന്നെ വിട്ടുപോകാതിരിക്കാൻ
നിന്റെ സ്വപ്നങ്ങളുടെ ചിറകുകൾ
ഞാൻ കൂട്ടിലടച്ചുവെച്ചു

ഏകാന്തത ഭയാനകമാണ്
കൂട് ഒരു ബന്ധനമാണ്

ഞാനും നീയും ബന്ധനത്തിലാണ്
എനിക്കുവേണ്ടി ഞാൻ നിന്നെ
ബന്ധനത്തിലാക്കി
ഒരു നാൾ നമ്മൾ രണ്ടുപേരും
ബന്ധനമുക്തരാകും ഈ ജീവിതയാത്രയിൽ

പൈങ്കിളിത്തത്തേ
എന്റെ കൂട്ടാം പഞ്ചവർണ്ണത്തത്തേ. ■

അർക്കനുമായി പ്രണയത്തിലായ സൂര്യകാന്തികൾ

അജിരജ്യോതിസ്സ് തിളങ്ങിടുന്ന
എൻ അങ്കണത്തിൽ
നിറയെ സൂര്യകാന്തി പൂക്കളായിരുന്നു

കാന്തി തിളങ്ങീടും സുസ്മേരവദനയായി
സൂര്യകാന്തി വിളങ്ങിനിന്നു എൻ
അങ്കണത്തിൽ
പ്രാതഃകാലത്തിൽ പ്രഭ തൂകി നിൽക്കുന്ന
അർക്കനുമായി അവൾ പ്രണയത്തിലായി

സായംകാലത്ത് അഭ്രപാളിക്കുള്ളിൽ
മറഞ്ഞുപോകുന്ന
അർക്കനെയോർത്തവൾ ദുഃഖിച്ചിരുന്നു.

പിറ്റേന്നു പുലർകാലേ ഉദിക്കുന്ന
അർക്കനെ ദർശിച്ചു കഴിഞ്ഞാലവളൊരു
വ്രീളാവതിയായി മാറിടുന്നു. ■

ഏകാന്തതയെ പ്രണയിച്ചവൾ

പണ്ടൊരിക്കൽ
ഏകാന്തതയെ ഞാൻ വല്ലാതെ
ഭയപ്പെട്ടിരുന്നു.
ഇന്നു ഞാൻ ഏകാന്തതയെ
പ്രണയിച്ചു തുടങ്ങിയിരിക്കുന്നു
പ്രകൃതിയേയും പച്ചപ്പിനേയും
ഞാൻ എന്നിലേക്കാവാഹിച്ച
പൂക്കളോടും പൂമ്പാറ്റകളോടും
ഞാൻ സല്ലപിച്ചുതുടങ്ങി
കുഞ്ഞിക്കിളികൾ കൊഞ്ചലോടെ
എന്നോടെന്തൊക്കെയോ മൊഴിഞ്ഞു
താണ്ടിയ വഴികളിലെ കഥകളെല്ലാം
കാറ്റെന്നോടു പറഞ്ഞു.
പെയ്തൊഴിഞ്ഞ കാലത്തെക്കുറിച്ചെല്ലാം
മഴയും എന്നോടു പറഞ്ഞു
പ്രകൃതിതൻ സമ്പന്നതയോടുള്ള
എന്റെ സല്ലാപങ്ങൾ
എന്നിൽ വർണ്ണവസന്തങ്ങൾ നിറച്ചു
ഏകാന്തത എന്നിലില്ലായിരുന്നുവെങ്കിൽ
ഒരിക്കലും പ്രകൃതിയെ ഞാൻ അറിയില്ലായിരുന്നു
ഇപ്പോൾ ഏകാന്തത
എനിക്കൊരു പ്രണയമായി മാറിയിരിക്കുന്നു
ഏകാന്തത തൻ അനുഭൂതി ഞാൻ
ആസ്വദിക്കുന്നു. ■

കുരുക്കുത്തി മുല്ല

കുരുക്കുത്തി മുല്ലേ നീയൊരു
താരപുഷ്പമായി
വിളങ്ങി നിൽക്കുന്നതെന്തുകൊണ്ടാണ്?
സീമന്തിനിയാം സുന്ദരികളെ
കേശാലങ്കാരം ചെയ്തു
സുമംഗലികളാക്കുന്നതുകൊണ്ടാണോ?
നിശയുടെ താരാവർഷത്തിൽ തീ കൂടുതൽ
മനോഹരിയായിരിക്കുന്നുവല്ലോ
നിന്നെ കണ്ടാലോ
താരങ്ങൾ താഴെ വന്ന് നിരയായ്
വിരിഞ്ഞു നിൽക്കുന്നതുപോലെ തോന്നുന്നു.
അഞ്ചു താരകങ്ങൾ നിന്നെ
താരാട്ടുന്നതുകൊണ്ടാണോ
നിശയിൽ നീ മെല്ലെ ഊയലാടുന്നതു
നിന്റെ സൗരഭ്യവും നിന്നഴകും
സുമംഗലികളുടെ സൗഭാഗ്യമാം
സ്വപ്നങ്ങളായതുകൊണ്ടാകുമോ
നീയൊരു താരപുഷ്പമായ് മാറിയത്?
എന്തായിലിടിലും മുല്ലേ
നിന്നെ കണ്ടാൽ നിൻ സുഗന്ധം
എന്നിലേക്കെത്തിയാൽ
ഉണർന്നിടും എൻ ചിത്തത്തിൽ
സൗഭാഗ്യമാം സുമംഗലീചിത്രങ്ങൾ. ■

ഇലഞ്ഞിമരച്ചോട്ടിലെ പ്രണയം

കാട്ടുപാലരുവി തീരത്തെ
ഇലഞ്ഞിപ്പൂമരച്ചോട്ടിലെ
ഗന്ധമേറ്റായിരുന്നില്ലേ പ്രിയനാഥനെ
നാം സ്വപ്നങ്ങൾക്ക്
പ്രണയവസന്തങ്ങൾ ചാർത്തിയത്.
നമ്മുടെ പ്രണയത്തിന്
ഇലഞ്ഞിപ്പൂമണമായിരുന്നു.
ആ ഇലഞ്ഞിമരച്ചുവട്ടിൽ നാം
ഒരു നന്ദനോദ്യാനം തീർത്തു
അവിടെ നാം ഇണപ്രാവുകളായി
രാപകലറിയാതെ
പ്രണയിച്ചുകൊണ്ടിരുന്നു.
ആ മാസ്മരിക പ്രണയത്തിനെപ്പോഴും
ഇലഞ്ഞിപ്പൂ സുഗന്ധമായിരുന്നു.
പിന്നീടെപ്പോഴാണ് നാഥനെ
ആ പ്രണയത്തിന് ആത്മാംശം
നഷ്ടമായത്
സുഗന്ധമാം പരിമളം
ഒരിക്കലും ലഭിക്കാത്തവിധം
അറ്റു താഴെ വീണുടഞ്ഞുപോയത്
ആത്മാശമില്ലാത്ത പ്രണയം
ചേതനയറ്റ ശരീരം പോലെയാണ് നാഥനെ. ■

ധനുമാസ പുലർതെന്നൽ

ധനുമാസ രാവിലെ പുലർതെന്നൽ
എൻ അകതളിരിൽ ഓടിയണിഞ്ഞു
ആ കുളിർതെന്നൽ
എൻ കനവുകൾക്ക് ചാരുതയേകി
ഉഷസ്സെന്നിൽ പ്രകാശം തൂകി
ഞാനൊരു സുപ്രദീപംപോലെ പ്രകാശിച്ചു
തുഷാരകണങ്ങൾ എന്നെ സുഖദയാക്കി മാറ്റി
എൻ നയനങ്ങൾ കരിങ്കൂവളപ്പൂവിതളായ് മാറി
താരാധിനാഥൻ എന്നിൽ പാൽനിലാവു തൂകി
ഞാനൊരു സ്വർണ്ണഹരിതാരകമായ് മാറി
ഞാനൊരു മനോരഞ്ജിനിയായ് മാറി. ■

വിഡ്ഢികളുടെ ജല്പനങ്ങൾ

നശ്വരമായ ലോകത്ത് വിടവാങ്ങൽ അനിവാര്യമാണ്
പ്രിയപ്പെട്ടവരിൽ നിന്നും എന്നെങ്കിലും ഒരിക്കൽ
നാം ഓരോരുത്തരും വേർപ്പെട്ടുപോകേണ്ടിവരും
ജീവിതത്തിന്റെ ഇരുട്ടിലേക്ക് നമ്മെ തള്ളിയിട്ട്
ഓടിമറിയുന്നവരെ ഓർത്ത് ഒരിക്കലും
ദുഃഖിക്കാതിരിക്കുക.
വിധാതൃനിയോഗം എന്നു നാം പറയുന്ന
വേർപ്പെടുത്തലുകളെ ഓർത്ത് മാത്രം ദുഃഖിക്കുക
അതിനിടയിൽ പലരുടെയും ജല്പനങ്ങൾ
നര കേൾക്കാനിടവരും.
നമ്മുടെ ജീവിതനഷ്ടങ്ങൾക്കെല്ലാം നാം
ഉത്തരവാദികളാണെന്ന് അവർ പറഞ്ഞുകൊണ്ടിരിക്കും
അവരുടെ അടുത്തേക്ക് മരണമെന്ന അനിവാര്യത
കടന്നുവരില്ല എന്ന വിഡ്ഢിത്വത്തോടെ
അകർണ്ണ്യമായതിനെ അകറ്റിനിർത്തുക
ജീവിതം ഒന്നേയുള്ളൂ.
ഓരോ നിമിഷവും വിലയേറിയതാണ്
വിലമതിക്കാനാവാത്തതാണ്
പ്രിയരേ, ജീവിതം ആസ്വദിക്കൂ
പ്രണയിക്കൂ, പുഞ്ചിരിക്കൂ, സ്നേഹിക്കൂ
ആവോളം, വാനോളം. ■

ചെണ്ടുമല്ലിപ്പൂക്കൾ

എന്റെ ചില്ലുജാലകങ്ങൾ
ഞാനൊരിക്കലും തുറന്നിടാറില്ലായിരുന്നു
എന്റെ സൗന്ദര്യം ഇരുളിലടയ്ക്കാനായിരുന്നു
ഞാനാഗ്രഹിച്ചത്
മറ്റു സൗന്ദര്യങ്ങളാസ്വദിക്കാനായ്
ഞാൻ ശ്രമിക്കാറില്ലായിരുന്നു.
ഇരുളടഞ്ഞ മനസ്സായിരുന്നു എന്റെ ശാപം
എന്റെ മുറ്റത്തെ ആരാമസൗന്ദര്യങ്ങളൊന്നും
തന്നെ ഞാനാസ്വദിച്ചിരുന്നില്ല.
അന്നൊരു നാൾ ഞാനെൻ ജനൽപാളികൾ
മെല്ലെ തുറന്നൊന്നു പുറത്തേക്കു നോക്കി
അന്നു ഞാൻ എന്നെ നോക്കി
ചിരിക്കുന്ന ചെമ്പൊന്നിൻ നിറമുള്ള
ചെണ്ടുമല്ലിപ്പൂക്കളെ കണ്ടു
അവയെന്നോടു സംസാരിക്കുന്നതു കേട്ടു
എന്നുമെന്നെ ചില്ലുജാലകത്തിൽ കൂടി
നോക്കിയിരുന്നതും
എന്റെ സൗന്ദര്യമാസ്വദിച്ചിരുന്നതും
ചെണ്ടുമല്ലിപ്പൂക്കളെന്നോടു പറഞ്ഞു
എന്തോ, ഞാനാ പൂക്കളുമായി
അടുത്തു പോയി
പിന്നീടെൻ തുറന്ന ജാലകത്തിലൂടെ
എന്നും ഞാനവയോടു സംസാരിച്ചിരുന്നു
അവയുടെ പുഞ്ചിരിക്കു മങ്ങലേറ്റു വരുന്നതായ്
ഞാനറിഞ്ഞു.

എന്തുപറ്റി എന്ന അർത്ഥമുള്ള
എന്റെ നോട്ടത്തിൻ ഭാവം മനസ്സിലാക്കിയ
ആ ചെണ്ടുമല്ലിപ്പൂക്കൾ
കണ്ണുനീരോടെ എന്നോടു മന്ത്രിച്ചു
വൈകിപ്പോയി സ്നേഹമയീ
വിടർന്നപ്പോൾ മുതൽ എന്തേ
എന്റെ സൗന്ദര്യം സൗരഭ്യം
ആസ്വദിക്കാഞ്ഞൂ
ഇപ്പോൾ മാഞ്ഞുപോവാൻ,
കൊഴിഞ്ഞുപോകാൻ
സമയമായി
ആ ചില്ലുജാലകങ്ങൾ അല്പമൊന്നു
നേരത്തേ തുറന്നിരുന്നെങ്കിൽ
ഈ കൊച്ചു ജീവിതം
കുറച്ചു കാലമെങ്കിലും
നമുക്കൊരുമിച്ചാസ്വദിക്കാമായിരുന്നു.
വൈകിപ്പോയി
ഇനിയെങ്കിലും സ്നേഹമയീ
തുറക്കാത്ത ജാലകങ്ങൾ അല്പമെങ്കിലും
തുറന്നിട്ട് ആസ്വദിക്കൂ
സൗന്ദര്യവും വസന്തങ്ങളും വർണ്ണങ്ങളും. ■

സ്നേഹത്തിന്റെ അന്ധതയിൽ പെട്ടുപോയവൾ

സ്വന്തമാക്കണമെന്ന്
ഞാൻ വല്ലാതെ മോഹിച്ചു
പോകുന്നതെല്ലാം
സ്വന്തമാക്കുവാനായി
അടുത്തെത്തുമ്പോഴേക്കും
എന്നിൽ നിന്നും
അകന്നുപോകുന്നു
നിരാശയോടെ ഞാൻ മടങ്ങുന്നു
അതെനിക്കു വിധിക്കപ്പെട്ടതായിരിക്കില്ല
എന്നു സ്വയം ഞാൻ ആശ്വസിക്കുന്നു
ചേർത്തുപിടിക്കാൻ ഞാൻ
ആഗ്രഹിച്ചതെല്ലാം
എന്നിൽ നിന്നും
തട്ടിമാറ്റപ്പെട്ടുകൊണ്ടിരുന്നു
അർഹതയില്ലാത്തതിനെ
ആഗ്രഹിച്ചു പോകുന്ന
ഒരു ബുദ്ധിശൂന്യയായി
പലപ്പോഴും
ഞാൻ മാറീടുന്നു.
സ്നേഹിക്കാനും സ്നേഹിക്കപ്പെടാനുമുള്ള
മോഹം കൊണ്ടു മാത്രമായിരിക്കാം
അങ്ങനെ ഭവിക്കുന്നത്
സ്നേഹം ലഭിക്കുക എന്നത്
ഒരുപക്ഷേ, എനിക്കു വിധിച്ചിരിക്കുകയില്ല.

കാറ്റിൽ പറത്തിയ സ്നേഹം

കടലാസുതുണ്ടുപോലെ
എന്റെ സ്നേഹം കാറ്റിൽ
പറത്തി
പുതുബന്ധങ്ങൾ തേടി
നീയെന്തേ അലഞ്ഞു തിരയുന്നു?
പ്രിയനേ,
നിനക്കു തണലേകാൻ
ഞാനൊരുക്കിവെച്ചിരുന്നില്ലേ
പൂമരത്തിൻ തണൽ?
ദാഹമകറ്റുവാൻ
പാനപാത്രം നിറയെ
നിറച്ചുവെച്ചിരുന്നുവല്ലോ?
നിറയെ പാനകം
പിന്നെ നീയെന്തേ
എന്റെ സ്നേഹം
തിരസ്കരിച്ചു
ഒരു തസ്കരനെപ്പോലെ
കടന്നുകളഞ്ഞത്. ■

തൂവൽകൊട്ടാരം

സ്വപ്നങ്ങൾ നെയ്തെടുക്കാൻ
എനിക്കു വളരെ വേഗതയായിരുന്നു.
നെയ്തെടുത്ത സ്വപ്നങ്ങൾകൊണ്ടു
ഞാനൊരു തൂവൽകൊട്ടാരമുണ്ടാക്കി
വർണ്ണത്തൂവ്വലുകളാൽ മിനുക്കിയെടുത്ത
ആ കൊട്ടാരം ഭംഗിയാസ്വദിച്ച്
തൂവാനത്തുമ്പികൾ അതിനുചുറ്റും
വട്ടമിട്ടു പറന്നു രസിച്ചു
ആ തുമ്പികൾക്കറിയില്ലല്ലോ
ഒരു ചാറ്റൽ മഴ പെയ്താൽ പോലും
നനഞ്ഞൊട്ടി പോകുന്നതാണീ
തൂവൽ കൊട്ടാരമെന്ന്. ■

നറുപീലികൊണ്ടു കരിമഷിയെഴുതിയവൾ

നറുപീലികൊണ്ടു ഞാൻ
എൻമിഴിയിണകളിൽ കരിമഷിയെഴുതി
മിഴിയിണകളെ കരിമിഴികളാക്കി ഞാൻ മാറ്റി
ആകാശവീഥിയിലേക്കു മിഴികൾ നട്ടു ഞാൻ
എൻ മനോധിനാഥനായ് കാത്തിരുന്നു.
നിലാവിന്റെ നിലാവെളിച്ചത്തിൽ
നിറതിങ്കളാം എൻ പ്രാണനാഥൻ
എന്നടുത്തെത്തി
എൻ പ്രിയനാം സാമോദമാം സാമീപ്യത്തെ
മധൂഷിതയാക്കി മാറ്റി. ■

കളിവീട്

പ്രപഞ്ചമെന്ന കളിവീട്ടിലെ
കളിക്കാരാണ് നാം ഓരോരുത്തരും
ഓരോ ദിവസം അണിയാനുള്ള വേഷങ്ങൾ
നൽകുന്നു.
നാമത് അണിയുന്നു.
അഭിനയിക്കാനുള്ള രംഗങ്ങൾ നൽകുന്നു
നാമത് അഭിനയിക്കുന്നു.
നിർത്താനുള്ള മണി മുഴങ്ങുന്നു
തിരശ്ശീല വീഴുന്നു
എല്ലാം മതിയാക്കി
കളി നിർത്തി നാം പോകുന്നു
ജീവിതമെന്ന കളി നിർത്തി യാത്രയാകുന്നു. ■

താരാഹാരം ചാർത്തി എന്നെ സ്വന്തമാക്കിയവൻ

താരാഹാരം ചാർത്തി
നീയെന്നെ സ്വന്തമാക്കിയപ്പോൾ
എനിക്കറിയില്ലായിരുന്നു
നീ ഇത്രമാത്രം എന്നെ പ്രണയിക്കുമെന്ന്

ഇത്രമേൽ പ്രണയം
നിനക്കു തിരിച്ചുനൽകാനാവുമെന്ന്
ഞാൻ നിനച്ചിരുന്നില്ല

നാം തമ്മിലുള്ള പ്രണയം
ശക്തമായ മഴ പെയ്താൽ
നനഞ്ഞു കുതിർന്നൊലിച്ചുപോകാത്തതും
കൊടുങ്കാറ്റിനുപോലും
അടർത്തിമാറ്റാൻ കഴിയാത്തവിധം
ദൃഢമായിരുന്നുവെന്ന്
ഞാനനുഭവിച്ചറിഞ്ഞുകൊണ്ടിരിക്കയായിരുന്നു

പ്രണയമേതുമില്ലാതെ വറ്റിയുണങ്ങിയിരുന്ന
എൻ ഹൃദന്തത്തിനു നീ നൽകിയ
ആ ഭോഗാനന്ദം തന്നെയല്ലേ
പ്രാണനേ,
ആ പ്രണയത്തിനുത്തരം. ■

കാക്കാത്തിക്കിളി

ആർദ്രനയനയായ എന്നരികിലേക്കൊരു
കുറവത്തി പാട്ടുമായ്
കാക്കപ്പൂ നിറമുള്ള ഒരു കാക്കത്തിക്കിളി
പാറിപ്പറന്നു വന്നു.

എൻ ആർദ്രമീ ഭാവം കണ്ടുകൊണ്ടവൾ
എന്നോടു കാര്യമൊന്നും ഉരിയാടാതെ
എൻ ഹസ്തരേഖ പറയുവാനാരംഭിച്ചു

എൻ ആർദ്രഭാവങ്ങൾ
തുടച്ചുമാറ്റുവാനായവൾ
എൻ ഭാഗ്യമാം ഹസ്തലേഖനങ്ങൾ മാത്രം
ഉരുയാടിക്കൊണ്ടിരുന്നു.

കാക്കാത്തിക്കുരുവീ നീ അറിഞ്ഞില്ലയോ
എൻ ഹസ്തരേഖയിലെ
ഹസ്തലേഖനങ്ങളെല്ലാം
മാഞ്ഞുപോയ ഭാഗ്യരേഖകളായിരുന്നുവെന്ന്

എന്നിട്ടും നീ അറിയാത്ത ഭാവത്തിൽ
എൻ ഭാഗ്യം മാത്രം ചൊല്ലിക്കൊണ്ടിരുന്നു
എന്റെ ഭാഗ്യം മാത്രം ചൊല്ലുന്ന
ആ നീ തന്നെയല്ലോ, എന്റെ സൗഭാഗ്യം
കാക്കപ്പൂ നിറമുള്ള കാക്കാത്തിക്കിളിയേ. ■

അഭ്രപുഷ്പം

അഭ്രപാളിക്കുള്ളിൽ വിരിയുന്ന
അഭ്രപുഷ്പമേ,
അമൃതതരംഗിണിയിൽ
വിടർന്നു നിൽക്കുന്ന നിൻ
അഭൗമസൗന്ദര്യത്തിൽ
ഞാനേറെ ഭ്രമിച്ചുപോകുന്നു.

നിന്നെ സ്വന്തമാക്കുവാനായി
ഞാനേറെ മോഹിച്ചീടുന്നു.
അമരനദിയിൽ നീ നീരാടുമ്പോൾ
ഏഴു ലോകസൗന്ദര്യവും
പ്രണയപുഷ്പമേ നിന്നിൽ
ഞാൻ ദർശിക്കുന്നു.

ചന്ദ്രകാന്തക്കല്ലണിഞ്ഞു
നിലാവിൻ ചേലയണിഞ്ഞു നിൽക്കുന്ന
നിന്നിൽ അമൃതരശ്മി പതിയുമ്പോൾ
നീയൊരു ചന്ദ്രികാംബുജമായി മാറുന്നു.

അമൃതവേളയിൽ നിന്നെ ഞാൻ
സ്വന്തമാക്കുന്നു
നീ എന്റേതു മാത്രമായി മാറുന്നു
അഭ്രപുഷ്പമേ,
നാമൊന്നായി പ്രണയകുസുമങ്ങളായ് മാറീടുന്നു. ■

അവസാനിക്കാത്ത യാത്ര

ദൂരങ്ങൾ താണ്ടിയതെത്രയാണെന്നെനിക്കറിയില്ല
നടന്നു തീർത്ത വഴിയിലേക്ക്
ഞാനൊന്നു തിരിഞ്ഞുനോക്കി
കാഴ്ചയുടെ പരിധിക്കപ്പുറം
ഞാനെത്തിയിരുന്നു
ഇനി എത്ര ദൂരം താണ്ടിയാലാണ്
എത്തിപ്പെടാനുള്ള ദിശയിൽ
ഞാനെത്തിച്ചേരുക
അതുവരേയ്ക്കും ഞാനീ യാത്ര തുടരുകയാണ്
ഈ പാതയിലൂടെ
ആരോരുമില്ലാതെ അവസാനിക്കാത്ത
യാത്ര തുടരുകയാണ്. ■

ഓർമ്മയോളങ്ങൾ

എൻ പ്രാണപ്രിയനോടൊത്തുള്ള
ആനന്ദനിർവൃതിയാം ഓർമ്മകൾ
എന്നരികിലേക്കോടി വന്നെന്നെ
അനുരാഗവതിയാക്കി
പ്രിയനാം പരിരംഭണത്തിൻ
ആത്മീയാനന്ദസുഖത്തിൽ ഞാനാകെ
പൂത്തു തളിർത്തതും
എൻ പ്രിയനാം ഹൃദയത്തിൽ
ആവനാഴിയിൽ നിന്നും
പ്രേമധാര എന്നിലേക്കൊഴുകി
എന്നിൽ പ്രേമധാര തീർത്തതും
നിദ്രപോലുമില്ലാതെ
കടിഞ്ഞാണില്ലാത്ത ഒരശ്വത്തെപ്പോലെ
പ്രണയരസത്തിൽ ഞങ്ങൾ
ആടിത്തിമിർത്തതും പ്രണയരസം നുകർന്നതും
ഓർമ്മതൻ ഓളങ്ങളായി എൻ
ചിത്തത്തിൽ മിന്നിത്തിളങ്ങി വന്നു നിന്നു
വിസ്മൃതിയിലാണ്ടു നിന്നു പോയ എന്നെ
ഇളംതെന്നലോളങ്ങൾ വന്നു
തൊട്ടുണർത്തി. ■

പുകമറയ്ക്കുള്ളിൽ അകപ്പെട്ടുപോയവൾ

അകത്തളത്തിലെ പുകമറയ്ക്കുള്ളിൽ
പുകഞ്ഞുകൊണ്ടിരിക്കയായിരുന്നു ഞാൻ
എന്റെ ശരീരവും മനസ്സും
കരിപുരണ്ട ഇരുണ്ടതായി മാറിയിരുന്നു
പുറത്തേക്കൊന്നു നോക്കിയാൽ
പ്രഭാതവും പ്രദോഷവും ഒരേപോലെയായി
എനിക്കു തോന്നിയിരുന്നു
എൻ നയനങ്ങളിൽ പ്രകാശങ്ങൾ
വിടരാറില്ലായിരുന്നു.
പോയ്മറഞ്ഞ നാളുകളിലെ ഞാൻ കണ്ട
പ്രഭാതങ്ങളും പ്രകൃതിയും
പ്രഭയേറിയതും പച്ചപ്പു നിറഞ്ഞതുമായിരുന്നു
ഇന്നു ഞാൻ എന്റെ ചുറ്റിലും
കാണുന്നു സൗന്ദര്യമെല്ലാം
ഇരുളടഞ്ഞതായി എനിക്കു തോന്നിയിരുന്നു
എല്ലാം പുകമറയ്ക്കുള്ളിലായതുപോലെ
എനിക്കനുഭവപ്പെട്ടിരുന്നു
എന്റെ നയനങ്ങളിലും പുക
മറ തീർത്തിരിക്കുന്നതുകൊണ്ടാവാം
പ്രകൃതിയും പ്രഭാതവും
ചുറ്റിലുമുള്ള എല്ലാ സുന്ദരദൃശ്യങ്ങളും
ഇരുളടഞ്ഞതായി എനിക്കു തോന്നിയിരുന്നത്. ■

കാത്തിരിപ്പ്

ഏറെ നേരത്തെ എന്റെ
കാത്തിരിപ്പെല്ലാം വൃഥാവിലായിരുന്നു
വിടർന്നു വിരിഞ്ഞിരുന്ന
എൻ മിഴിയിണകൾ
നിന്നെ വരവേൽക്കാൻ മിഴികൾ
നട്ടും കൊണ്ടിരുന്ന്
പാതി കൂമ്പിയ മിഴിയിണകളായ്
മാറിയിരിക്കുന്നു.
വിടർന്നൊരു താമരയായ ഞാൻ
തണ്ടുലഞ്ഞുപോയ താമരയായ്
മാറിക്കഴിഞ്ഞു എൻ ഹൃദ്യനെ
എന്നിട്ടും നീയെന്തേ എന്നരികിൽ
വന്നുചേരാത്തത്?
ഇനിയുമെത്ര നാൾ കാത്തിരിക്കണം
ഞാൻ നിനക്കായ്?
ഒത്തിരി നാളോളം ഞാൻ കാത്തിരിക്കും നിനക്കായ്...
ഈ കാത്തിരിപ്പിനും നോവും നൊമ്പരവുമുണ്ടെങ്കിലും
നിനക്കായ് കാത്തിരിക്കുന്ന ഓരോ നിമിഷവും
എൻ അകതാരിനുള്ളിൽ വിരിയുന്നത്
കാത്തിരിപ്പിൻ സുഖമാം നോവിൻ നൊമ്പരമാണ്.
ഹൃദയേശനേ. ■

അപ്സരകന്യക

ശിശിരകാലത്തു നിന്നെക്കണ്ടാൽ
നീയൊരു ഋതുമതിയെപോലെനിക്കു തോന്നുന്നു
ഋതുക്കൾ മാറി മാറി വരുമ്പോഴൊക്കെയും
നിന്നെ ഞാൻ കണ്ടീടുമ്പോൾ
നീയൊരു സ്വപ്നസുന്ദരിയായ്
വിരിഞ്ഞു നിൽക്കുന്നു
ഞാൻ നിന്നെ എപ്പോഴൊക്കെ
ദർശിക്കുന്നുവോ
അപ്പോഴൊക്കെയും നീയൊരു
അപ്സരസ്സായ് മാറിയതുപോലെ
എനിക്കു തോന്നീടുന്നു.
നിന്റെ ഉള്ളിൽ പ്രണയത്തിൻ
നിലയ്ക്കാത്ത തേൻമഴ പെയ്യുന്നതുകൊണ്ടാകുമോ
നീ ഒരു അപ്സരകന്യകയായ്
എപ്പോഴും നിലകൊള്ളുന്നത്?
ആ പ്രണയത്തിൽ നിന്നും
ഒരു നുള്ള് എനിക്ക് കടം തരാനാകുമോ
ശീതളിമേ
ഞാനുമൊരു അപ്സരകന്യകയായ്
കുളിർ പൊയ്കയിൽ നിന്നോടൊത്ത്
നിലകൊള്ളട്ടെ. ■

നീല അശോകപുഷ്പം

നിളയുടെ തീരത്ത്
നീല അശോകത്തിൽ വിരിഞ്ഞു
നിൽക്കുന്ന നീലപുഷ്പമേ
നീ നിളയിലിറങ്ങി നീരാടുന്നതു
കാണുമ്പോൾ
നിലാഭ്രത്തിൽ വിടർന്നു
ഇന്ദ്രനീലക്കല്ലണിഞ്ഞു നിൽക്കുന്ന
നിശാപുഷ്പം താഴെ ഇറങ്ങി
വന്നതുപോലെ തോന്നുന്നു.

അത്രമാത്രം അഭൗമതേജസ്വിനിയായി
നീ മാറിയിരിക്കുന്നു നീലപുഷ്പമേ
നിളയിൽ നീ നീരാടുന്നതുകൊണ്ടാകുമോ
നീ ഇത്രമാത്രം അഭൗമസുന്ദരിയായ്
എനിക്കു തോന്നിയത്
നീലശോക പുഷ്പമേ? ■

ശരത്കാലമേഘങ്ങൾ

ശരത്കാല മേഘങ്ങൾക്കിടയിലൂടെ
ഒരു ശരപക്ഷിയെപ്പോലെ
ഒരു ഇണയെ തേടി ഞാനലഞ്ഞു തിരിഞ്ഞു
ഏകാകിയായ ഞാൻ പറന്നുപറന്നു
ഹേമദ്രിയിലെത്തിച്ചേർന്നു
ഹേമകാന്തിപോൽ വിളങ്ങിനിൽക്കുന്ന
ഹേമാംഗനയെ ഇണയായ്
ഹേമാദ്രി എനിക്കു തന്നു.
ഹേമ പുഷ്പകമാല ചാർത്തി
ആ ഹേമാംഗനയെ ഞാൻ
എന്റെ ജീവാംശമാക്കി. ■

തിമിരം ബാധിച്ച നയനങ്ങൾ

പൊയ്മുഖങ്ങളില്ലാതെ
വഞ്ചനയില്ലാത്ത ഒരു പുഞ്ചിരിക്കുവേണ്ടി
കടന്നുപോകുന്ന
ഓരോ മുഖങ്ങളിലേക്കും ഞാൻ
മാറി മാറി നോക്കി
എവിടേയും മറയില്ലാത്ത ഒരു
പുഞ്ചിരി എനിക്കു ദർശിക്കാനായില്ല
ഓരോ പുഞ്ചിരിക്കു പിന്നിലും
ഒരു കശാപ്പുകാരനെ ഞാൻ
കാണുകയായിരുന്നു.
കുത്താൻ വരുന്ന ഒരു
കൊമ്പൻ ചെല്ലി
മനോഹരമായ മുഖങ്ങൾ നൽകുന്ന
പുഞ്ചിരിക്കു പിന്നിൽ
മറഞ്ഞിരിക്കുന്നതായി എനിക്കു തോന്നി
കടന്നുപോകുന്ന ചിരിക്കുന്ന
ഓരോ മുഖങ്ങളിലും
ഒറ്റിക്കൊടുക്കലിന്റെ ഭാവങ്ങൾ ഞാൻ കണ്ടു
ഒട്ടുമിക്ക മുഖങ്ങളിലും ഒരേ ഭാവങ്ങൾ
അറിയാതെ ഞാനോർത്തുപോയി
എന്റെ നയനങ്ങൾക്കു തിമിരം ബാധിച്ചുവോ
അതോ എന്റെ തോന്നലുകളോ ഇതെന്ന്. ■

കന്ദർപ്പ മനോഹരി

പണ്ടൊരു നാൾ
കളിമണ്ണുകൊണ്ട് കളിവീടുണ്ടാക്കി രസിച്ചു
കളികൾക്കിടയിൽ കള്ളക്കളി കളിച്ചവൻ
കരയിപ്പിച്ചിരുന്നു അന്ന് അവളെ
അവളുടെ ആ മുഖഭാവം കാണുവാനായി
ഒളികണ്ണാലവളെ നോക്കിനിന്നിരുന്നു

അന്നൊരുനാളാ കളിത്തോഴൻ
ആ, കളിത്തോഴനൊത്തിന്നവൾ
കളിന്ദജാ നദിയിൽ
കളിത്തോണി തുഴഞ്ഞു രസിച്ചു
ഇന്നാ കളിത്തോഴൻ
പൂക്കളിലെ തേൻ നുകരുന്ന
കൾപക്ഷിയെപ്പോലെ
അവളുടെ നുണക്കുഴിക്കവിളിലെ
തേൻ നുകർന്നെടുത്തു
അവളൊരു കന്ദർപ്പമനോഹരിയായി മാറി. ■

അമൃതപുരിയിലെത്തിയ അരയന്നം

അരമണി കുലുക്കിക്കൊണ്ടു ഞാൻ
ഒരു അരയന്നപ്പിടപോലെ
കുണുങ്ങിക്കൊണ്ട്
അർദ്ധനിശയിൽ
അമൃതപുരിയിലേക്കു നടന്നുചെന്നു

അവിടെ അർദ്ധമണ്ഡപത്തിൽ
എന്നേയും കാത്തിരുന്നു കാന്തൻ
കനകവൃഷ്ടി നടത്തി
ആ മണ്ഡപത്തിലേക്കെന്നെ വരവേറ്റു
കല്യാണസൗഗന്ധിക പൂക്കൾകൊണ്ടലങ്കരിച്ച
പൂമെത്തയിലേക്കെന്നെ ആനയിച്ചു
ആ ആമോദവേളയിൽ
അമൃതവർഷിണി രാഗം പാടി
കാന്തനെന്നെ ആലിംഗനം കൊണ്ടു മൂടി. ■

ഒറ്റമൈന

ഒറ്റമരക്കൊമ്പിലിരുന്ന്
ഒറ്റയ്ക്കു കരയുന്ന പാവം
ഒരൊറ്റ മൈനയാണു ഞാൻ

ഇണപിരിഞ്ഞുപോയൊരു
ഏകാകിയായ ഒരൊറ്റമൈന
എന്നെ കണ്ടാൽ എന്റെ
സഹയാത്രികർ അടക്കം പറഞ്ഞു രസിക്കുന്നു

ഒറ്റമൈന ദുഃഖമെന്ന്
ഇണപിരിഞ്ഞ ഞാൻ
അപശകുനമാണെന്ന്
വിധിഗത സംഭവിക്കുന്നതിനെന്തു
ഞാൻ പിഴച്ചു സഹൃദയരെ,
ഞാനെങ്ങനെ അപശകുനമാകുന്നു?

മോഹങ്ങളെല്ലാം ഇരുളടഞ്ഞുപോയവൾ
അപശകുനമാകുന്നുവോ?

എൻ വല്ലഭനൊരുവൻ നഷ്ടപ്പെട്ടുപോയ
ദുഃഖവേളയിൽ ഞാനറിഞ്ഞു
അപഹസിക്കുന്നതിൽ
ബന്ധുവും ശത്രുവും ഒരുപോലെന്ന്
അന്യദുഃഖം മറ്റു പലരുടെയും ആനന്ദമെന്ന്
അതാണ് ലോകമെന്ന്. ■

പറയാനറിയാത്ത പ്രണയം

പ്രണയത്തിന്റെ വർണ്ണങ്ങൾ ചാലിച്ചൊരു
ചിത്രം വരയ്ക്കാനെനിക്കു കഴിയുമായിരുന്നില്ല
അത്രമാത്രം വർണ്ണങ്ങൾ വിതറുന്ന
നിറവസന്തമായിരുന്നു എന്റെ പ്രണയം

ഞാനാസ്വദിച്ചാനന്ദിച്ച സുഗന്ധങ്ങൾക്കതീതമായിരുന്നു
എന്റെ പ്രാണേശ്വരന്റെ
പ്രണയത്തിന്റെ ഇഷ്ടഗന്ധം

ഞാൻ കേട്ടു പതിഞ്ഞ ഇശലുകളേക്കാൾ
മികവുറ്റ ഈണങ്ങളായിരുന്നു
എന്റെ പ്രണയഗീതങ്ങൾ
ഞാൻ കണ്ട നടനങ്ങളിലെ ഭാവങ്ങളേക്കാൾ
ശൃംഗാര രസപൂർണ്ണമായിരുന്നു

എന്റെ ഉടയോനൊത്തുള്ള
പ്രണയനൃത്താടനങ്ങൾ
എന്റെ പ്രണയം മുഴുവൻ
നിൻ മുന്നിൽ ഞാൻ നടനമാടിത്തീർക്കുന്നു

അതിലൂടെ ഞാനനുഭവിക്കുന്നു
പരമാനന്ദസുഖം. ■

അഗ്നിജ്വാല

എൻ ഉള്ളിലെ അഗ്നിശൈലങ്ങൾ
ഉരുകി ഒഴുകുന്നതാണീ
കണ്ണുനീരുറവ
പ്രിയമുള്ളവരൊക്കെയും
എന്നിലേൽപ്പിക്കുന്ന
പ്രഹരമോരോന്നും
മൗനമായി ഉൾത്തടത്തിൽ
ഞാനൊതുക്കിവെച്ചു

ആ താപങ്ങൾ താങ്ങാനാവാതെ
അതൊരു അഗ്നിജ്വാലപോലെ
എന്നുള്ളിൽ നിറഞ്ഞുനിന്നിരുന്നു
അടക്കിനിർത്തിവെച്ചിട്ടും
ഞാനറിയാതെ, ആ അഗ്നിനീർകണങ്ങൾ
എന്നുള്ളിൽനിന്നും
നീരുറവയായി ഒഴുകി വരുന്നതാണീ
കണ്ണുനീർക്കണങ്ങൾ. ■

നീലനിശീഥിനി

നിലാവിന്റെ നീലനിശീഥിനിയിൽ
വിൺഗംഗയിലൂടെ
എന്നോടൊത്ത് നീന്തിത്തുടിക്കുവാൻ
പോരുന്നുവോ വെൺപ്രാവുകളേ
ആകാശനൗകയിലൂടെ നമുക്കൊന്നായ്
ആകാശസഞ്ചാരികളായി
പാറിപ്പറക്കാം.
ഇന്ദ്രചാപം തൊടുത്ത്
അംബരം ചുറ്റിക്കളിക്കാം.
ആകാശദീപപ്രഭയിൽ
താരാപഥകാഴ്ചകൾ കണ്ടുരസിക്കാം.

മിന്നുംതാരങ്ങളെ കൈയിലെടുത്ത്
അമ്മാനമാടി രസിക്കാം.

പോരുന്നുവോ, വെൺപ്രാവുകളെ
എന്നോടൊത്ത് രസിച്ചുകളിക്കാൻ. ■

ഹൃദയമാം തംബുരു

എൻ ഹൃദയമാം തംബുരുവിൻ
തന്ത്രികയിൽ
പ്രേമഗീതങ്ങൾ മീട്ടി ഞാൻ
ആ പ്രേമഗാഥ വീചിയിൽ
മുഴുകിയിരുന്നു എൻ പൂവമ്പൻ
പൂമ്പാറ്റ പൂവിൽ നിന്നും
പൂമധു നുകരുംപോലെ
എൻ ഹൃദയമാം തംബുരുവിൽ നിന്നും
ഒഴുകി വീഴുന്ന പ്രേമഗീതങ്ങൾ
എൻ പൂവമ്പൻ
നുകർന്നെടുത്ത് ആസ്വദിച്ചുകൊണ്ടിരുന്നു. ■

മോഹംകൊണ്ട്
ഉയർന്നുവന്നവൾ

ഒരു പുഴുവായിരുന്നു ഞാൻ
എനിക്കൊരു പൂമ്പാറ്റയായ്
മാറുവാൻ മോഹമുദിച്ചു
എന്റെ മോഹമറിഞ്ഞ
പൊൻതൂവൽ സ്വന്തമായുള്ള
സ്വർണ്ണവർണ്ണപക്ഷികൾ
എന്നെ നോക്കി കളിയാക്കി.
മഴവിൽ നിറങ്ങളാൽ അലംകൃതമായ
വർണ്ണച്ചിറകുള്ള ഒരു പൂമ്പാറ്റയാകാൻ
മോഹത്തോടെ ഞാൻ കാത്തിരുന്നു.
പുഴുവായിരുന്ന എന്നിൽ
കുഞ്ഞുചിറകുകൾ മുളച്ചുവന്നു
അവയ്ക്ക് വർണ്ണങ്ങൾ വന്നു
ചിറകുകൾ വളർന്നു വിടർന്നു
ഞാൻ മെല്ലെ ഒന്നു പറന്നു നോക്കി
പിന്നീടങ്ങോട്ട് ഉയരങ്ങളിലേക്ക്
ഞാൻ പറന്നു.
ഒന്നു ഞാൻ തിരിഞ്ഞുനോക്കി
എന്നെ നോക്കിനിൽക്കുന്ന
സ്വർണ്ണപ്പക്ഷികളെ ഞാൻ കണ്ടു
അവർക്കു ഞാനൊരു പുഞ്ചിരി നൽകി
ആത്മവിശ്വാസത്തിന്റെ ആത്മനിർവൃതിയുടെ
പാൽപുഞ്ചിരി. ■

ഉറക്കം നടിച്ചു കിടന്നവൾ

ചേതനയറ്റവളായി മാറിയിരുന്നു ഞാൻ
ആത്മാവിൻ സുഗന്ധങ്ങളെല്ലാം
നഷ്ടപ്പെട്ടു മരവിച്ചുപോയൊരുവൾ
എൻ മുഖത്തു വിരിയുന്നതത്രയും
ശോകഭാവങ്ങൾ മാത്രമായിരുന്നു

മറ്റുള്ളവർക്കു മുന്നിലൊരു
കദനകഥാപാത്രമായി
മാറുവാനൊട്ടും ഞാനാഗ്രഹിച്ചിരുന്നില്ല.

ഇരുളിനേയും വെളിച്ചത്തേയും
മറ്റു സാമീപ്യങ്ങളെ പോലും
ഞാൻ ഇഷ്ടപ്പെട്ടിരുന്നില്ല.

ആർക്കും മുഖം കൊടുക്കാതെ
ഞാൻ ഉറക്കം നടിച്ചു കിടന്നു

ഉറക്കം നടിച്ചു കിടക്കുന്ന
എന്നെ ആർക്ക് ഉണർത്താനാകും?
ആർക്ക് കാണാനാകും? ■

പുലരിമഞ്ഞിൻ പനിനീർപ്പൂക്കൾ

പുലരിത്തൂമഞ്ഞിൽ കുളിച്ചുനിൽക്കുന്ന
പനിനീർപുഷ്പങ്ങളേ
പുലർകാലം മുതൽ
പ്രദോഷം വരെ
നിങ്ങളെത്ര മനോഹരിയെപ്പോലെ
പ്രഭതൂകി നിൽക്കുന്നു
നിന്റെ ശിഞ്ജിത മർമ്മരങ്ങളും
സുരഭില സൗരഭ്യവും
നിന്നെ സുരലോകസുന്ദരിയായി
മാറ്റിടുന്നു.
സിന്ദൂരതിലകം ചാർത്തി
സിന്ദൂര സൗരഭ്യപുഷ്പമായി
നീ വിടർന്നു നിൽക്കുന്ന
എന്റെ പൂ ചോല
എത്ര മാത്രം സുന്ദര
പൂങ്കാവനമായി മാറിയിരിക്കുന്നു.
പിറ്റേന്നു പുലർകാലമാവുമ്പോഴേക്കും
കൊഴിഞ്ഞു വീണു പോകുമെന്നറിഞ്ഞിട്ടും
പ്രഭതൂകി സൗരഭ്യം പരത്തി
വിടർന്നു നിൽക്കുന്ന
നിന്റെ മനസ്സകം
ഒരു ദേവാലയം തന്നെയല്ലേ
അതുതന്നെയല്ലേ നിന്റെ സൗരഭ്യത്തിൻ
സുഗന്ധവും. ■

www.ingramcontent.com/pod-product-compliance
Lightning Source LLC
LaVergne TN
LVHW090424051026
849518LV00006B/2440
* 9 7 8 8 1 9 4 7 4 6 6 8 3 *